# (कोळी महादेव: सह्याद्रीच्या आदिवासींचा इतिहास)

प्रा. विजयकुमार विनायक भवारी

Made with ♥ on the Notion Press Platform
www.notionpress.com

# कोळी महादेव : सह्याद्रीच्या आदिवासींचा इतिहास

विजयकुमार विनायक भवारी

भ्रमणभाष : 8087760351

मुखपृष्ठ - माधव कुलकर्णी

**प्रकाशक**

Notionpress.com

**प्रथम आवृत्ती** :

७ फेब्रुवारी २०२५

# अर्पणपत्रिका

**मृत्यू:- ७.२.२०२१**

**जन्म:- १५.१०.२००१**

लाडक्या 'कौस्तुभ' बाळास सादर अर्पण ....

# • लेखकाचे मनोगत •

'कोळी महादेव : सह्याद्रीच्या आदिवासींचा इतिहास' हे माझे लेखक-कवी म्हणून तिसरे पुष्प वाचकवर्गास सादर करताना विशेष आनंद होतो आहे. पी.एच.डी करत असताना काही तांत्रिक अडचणीमुळे ती अर्धवट सोडावी लागली, परंतु त्यावेळी केलेले संशोधन प्रस्तुत पुस्तक रुपाने मांडण्याचा योग आला. हे प्रसिद्ध करताना माझे लहान बंधू डॉ.संजयकुमार भवारी यांचे विशेष प्रयत्न कारणीभूत आहेत. आई-वडीलांनी सतत मूळ मथळा वाचून त्यात उपयुक्त सूचना सुचविल्या. माझे एस.एन.डी.टी. तील सहकारी प्रा.स्वानंद कुंभार, मेहुणे घनश्याम कोकाटे, मामेभाऊ वैभव बांबळे व प्रणीत बांबळे यांनी पुस्तकातील फोटो वेळोवेळी पुरविले. त्यामुळे पुस्तकाला साज चढविण्याचे महत्तम काम झाले. हे पुस्तक तयार होताना वेळोवेळी त्यात सूचना, भर घालण्यासाठीच्या सूचना करणारे माझे मामेभाऊ प्रमोद बांबळे यांचेही आभार आहेतच. माझ्या एस.एन.डी.टी. परिवारातील सर्व शिक्षक बंधू – भगिनी माझ्या लिखाणाला सतत प्रोत्साहन देत असतात. त्यांचा मी आभारी आहे. मला संदर्भ साधनासाठी नेहमीच मदत करणारे एस.एन.डी.टी. पुणे आवारातील ग्रंथालय 'भारतरत्न महर्षी कर्वे ज्ञानस्त्रोत केंद्र' व त्याचे प्रमुख डॉ.विलास जाधव सर यांचाही मी शतश: ऋणी आहे.

कोणत्याही पुस्तकाचा मूळ मसूदा तयार झाल्यानंतर ते प्रकाशित करण्याचे मोठे दिव्य लेखकांसमोर असते. त्यात हे पुस्तक विशिष्ट अशा आदिवासी जमातीला वाहिलेले !... हे पुस्तक कोण प्रकाशित करणार ? असा प्रश्न आ वासून माझ्यासमोर असताना नोशन प्रेसने हा प्रश्न हातोहात सोडविला व माझ्या ह्या पुस्तकाला प्रकाशित करुन माझ्यासारख्या आदिवासी लेखकाला न्याय दिला असे मी म्हणेन. तसेच प्रा.ज्ञानदेव चाबुकस्वार सर यांनी नोशन प्रेसपर्यंत मला पोहोचवले त्याचेही आभार..

**विजयकुमार विनायक भवारी**

# • अनुक्रम •

१

# आदिवासी जमात म्हणजे काय ?

'आदिवासी' हा शब्द 'aboriginal' ह्या इंग्रजी शब्दावरुन घेण्यात आला आहे. 'आदिवासी' म्हणजे आदि वा आधीपासून राहत असलेला म्हणजे प्रारंभीचा, अगोदरचा, आधीपासून, आद्य असा ढोबळ मानाने अर्थ घ्यावयास हरकत नाही. आदिवासी जमातीस 'Tribes' हा शब्द ब्रिटिश राजवटीत योजला गेलेला शब्द आहे. तो आजही रुढ व सर्वसंमत आहे. 'आदिवासी' हा शब्द 'आदि' व 'वासी' या दोन शब्दापासून तयार झालेला आहे. 'आदिवासी ' या शब्दाचा विचार केला तर यातील 'आदि' आणि 'वासी' हे दोन शब्द मुळात संस्कृत शब्द आहेत. या दोन शब्दांचा एकत्रित अर्थ समजून घ्यावयाचा झाल्यास 'मूलनिवासी'

असा होतो, याबाबत 'आदिवासी-विरोधक' सोडले तर कोणाचेही दूमत नाही.

प्रचलित समाजव्यवस्थेत 'आदिवासी' या शब्दाचा संकुचित अर्थ याच 'आदिवासी-विरोधक' व इतर समाजाने घेतला आहे, जो पूर्णतः चुकीचा, भ्रमनिरास करणारा आहे. 'आदिवासी' हा शब्द कमीपणा वाटून घेण्याचा नसून अभिमानाने मिरविण्याचा मान आहे हे आदिवासी समाजबांधवांनी लक्षात घेतले पाहिजे. 'आदिवासी' हा वर्णव्यवस्था झुगारुन देणारा व जंगल, दऱ्याखोऱ्यात वास्तव्यास असलेला 'मूलनिवासी' समाजघटक होय. या घटकाने पूर्वीची सामाजिक व्यवस्था आजचा प्रगत आधुनिक काळ येऊनही सोडली नाही. 'आदिवासी' म्हणून ओळखल्या जाणाऱ्या समाजाला विचारवंत, अभ्यासक, लेखक, संशोधक, राजकारणी, प्रशासक, सामाजिक कार्यकर्ते व आदिवासी समाजाविषयी खरी कळकळ असणारे इत्यादींनी विविध नावे दिलेली आहेत.

रिसले, लॅस्सी, एल्विन, ग्रिगसन, शूबर्न, टॅलेट, सेडविक मार्टिन, ए.व्ही. ठक्कर यांनी आदिवासींना अगदी प्राचीन [Aboriginal] किंवा मूळचे रहिवासी [Primitive Tribes] असे म्हटले आहे. 'आदिवासी समाज' अथवा 'आदिवासी जमात' या शब्दांबाबत पुढीलप्रमाणे व्याख्या केलेल्या आहेत –

"नागर संस्कृतीपासून दूर व अलिप्त राहिलेले संबंधित प्रदेशातील मूळचे रहिवासी म्हणजे आदिवासी"

-- मराठी विश्वकोश

'आंतरराष्ट्रीय श्रम संघटना' या ख्यातनाम आंतरराष्ट्रीय संस्थेने असे सूचित केले आहे की, कोणत्याही देशातील मूळ रहिवासी यांना संबोधन्यासाठी 'आदिवासी' ही संज्ञा योजावी

*जंगली पण लढाऊ परंपरागत स्वातंत्र्य जपणाऱ्या, संयमी, रागीट पण उदार व माणुसकी असलेल्या लोकांनी ताब्यात सापडलेल्या स्त्रिया व मुलांची हत्या न करता, कोणालाही न मारता उदारतेने व्यवहार केला. रक्ताने कधीही त्यांचे हात माखले नाहीत असे जंगली पण लढाऊ, संयमी, उदार व दयाळू लोक म्हणजे आदिवासी होत"*

*-- ५ मे १८५८ मध्ये खानदेशच्या कलेक्टरला लिहिलेल्या पत्रात 'मेजर हुड रसेल' याने केलेला आदिवासी जमातीचा खास उल्लेख*

" आदिम समाज म्हणजे एका विशिष्ट भूप्रदेशावर राहणारा, समान बोली भाषा बोलणारा, समान सांस्कृतिक जीवन जगणारा पण अक्षर ओळख नसलेल्या स्थानिक गटांचे एकत्रीकरण होय "

**-- गिलानी आणि गिलानी**

" समान बोलीभाषा बोलणाऱ्या व एकाच समान भू-प्रदेशावर वास्तव्य करणाऱ्या समूहाला 'आदिम समाज' किंवा 'आदिवासी' असे म्हणतात "

**-- डब्लू.जे.पेरी**

"समान बोलीभाषा बोलणाऱ्या, एकाच भू-भागात राहणाऱ्या सुरुवातीला अंतर्विवाही असण्याची शक्यता असलेल्या पण सर्वसाधारणपणे अंतर्विवाह नसलेल्या व समान नाव धारण करणाऱ्या कुटुंबाच्या समूहाला आदिवासी समाज म्हणतात"

**-- इंपिरियल गॅझेट**

" जमात किंवा आदिवासी सरळ, साधा सामाजिक समूह आहे. ज्यातील सदस्य एकसमान बोलीभाषेचा वापर करतात व युद्ध इत्यादीसारख्या उद्देशपूर्तीकरिता एकत्रित कार्य करतात "

**-- डॉ. रिव्हर्स**

आदिवासी व्याख्येबाबत प्रस्तुत पुस्तकाच्या लेखकाचे मत

*"प्रस्थापित समाजापासून दूर व अलिप्त राहिलेले डोंगरात, जंगलात वास्तव्यास म्हणून असलेले मूळचे रहिवासी म्हणजे आदिवासी होय "*

"जमातींमधील सामाजिक व राजकीय प्रथांचे पालन करणाऱ्या, तांत्रिकदृष्ट्या मागासलेल्या, अशिक्षित असणाऱ्या, एकाच पूर्वजांची उत्पत्ती असणाऱ्या आणि विशिष्ट भूप्रदेशावर राहणाऱ्या गटाला 'आदिवासी समाज' म्हणतात."

### -- आदिवासी समिती परिषद, १९६२
### शिलाँग [मेघालय]

या सर्व व्याख्यांचा सार शोधायचा झाल्यास नागरी संस्कृतीपासून दूर व अलिप्त राहिलेल्या संबंधित प्रदेशातील मूळचे रहिवासी म्हणजे 'आदिवासी' असे आग्रहाने म्हणता येईल. 'रसेल' यांनी 'आदिवासी' या शब्दाचा उल्लेख १९३६ मध्ये केल्याची नोंद आहे. सर्वसाधारणपणे जंगलात, दुर्गम दऱ्याखोऱ्यात व प्रस्थापित समाजापासून तुटक असलेल्या पण त्यांच्या कितीतरी पटीने अधिक जाणकार असलेल्या आदिवासी समाजाची वस्ती एकोप्याने दिसते. आदिवासी समाजात वैशिष्ट्यपूर्ण चालीरीती आढळून येतात. जगातील सर्व आदिवासी हे त्या त्या प्रदेशातील मूळ रहिवासी आहेत हे संशोधनाअंती निश्चित झालेले आहे व यावर शिक्कामोर्तबही झालेले आहे.

पाश्चात्य लोकांनी जेव्हा अमेरिका, दक्षिण आणि पूर्व आफ्रिका, ऑस्ट्रेलिया या भूप्रदेशात वसाहती स्थापिल्या तेव्हा तेथे आधीपासून राहणाऱ्या रहिवाशाना त्यांनी 'आदिवासी' हे नाव दिले. थोडक्यात अमेरिकेच्या शोधापासून पश्चिमी लोकांची आदिवासींकडे दृष्टी वळाली. भारताचा विचार करता सप्तसिंधुच्या प्रदेशात आर्यांचे राज्य स्थिर होण्यापूर्वी या देशात द्रविडांसोबत काही 'आदिवासी' जमातीही होत्या.

५

किंबहुना द्रविड या संकल्पनेखाली काही आदिवासी जमातीही त्यात समाविष्ट होत्या. भारतीय स्मृतिग्रंथात आदिवासी जमातींचा उल्लेख येतो. स्मृतिकारांनी त्या 'अनुलोम-प्रतिलोम' संकरातून निर्माण झाल्या असे म्हटले आहे. यातून निर्माण झालेले 'शबर', 'रक्ष', 'निषाद', 'किरात' हे गट जाती नसून 'मूलनिवासी' असलेल्या 'आदिवासी जमाती' होत्या असे आता निश्चित झाले आहे. रामायणात 'किरात', 'निषाद', 'शबर' इत्यादी मूलनिवासी 'आदिवासी' जमातीचा स्पष्ट उल्लेख आहे, तसेच महाभारतात 'पुलिंद' व 'किरात' ह्या मूळच्या त्या प्रदेशात स्थित असलेल्या हिमालयात राहणाऱ्या आदिवासी जमाती नमूद केलेल्या आहे. थोडक्यात 'आदिवासी' हे मूळचे त्याच भूमीत वास्तव्य करणारे असल्याने त्यांना 'भूमिजन' किंवा 'भूमिज' असे देखील म्हटले जाते. इतिहासकार 'रायचौधरी' यांच्या म्हणण्याप्रमाणे 'वैदिक साहित्य' आणि काही बौद्ध साहित्यात 'भारत' नावाच्या आदिवासी जमातींचा उल्लेख येतो.

चेदी राजांच्या शिलालेखात कलचुरी राजाविरुद्ध 'धिरु' जमातीच्या आदिवासी जमातीने बंड केल्याचा स्पष्ट उल्लेख येतो. प्राचीन वन्य टोळ्यांची म्हणजेच आदिवासींची त्यावेळच्या प्रस्थापितांपेक्षा धार्मिकता पूर्णतः भिन्न होती. त्यांच्या देवदेवतांच्या वा भूताखेताच्या कल्पना, मृत्यूनंतर मानवी जीवनाबद्दलच्या कल्पना भिन्न वा वेगळ्या होत्या, ते निसर्गाची पूजा करीत. निसर्गात आढळणाऱ्या व बुद्धीला न उमगणाऱ्या वस्तूला, वृक्षाला, पशु-पक्षाला ते देव मानीत. पूज्य मानलेल्या प्राण्यांकडे ते दुर्लक्ष करीत नसत, त्यांचे ते पूजा करीत. उदा. कोळी महादेव या आदिवासी जमातीत वाघांची केली जाणारी वाघबारस रुपाने पूजा.

आनंदाच्या वेळी आदिवासी समाज नाच-गाण्याचे सांस्कृतिक कार्यक्रम आजही करतात. थोडक्यात पर्यावरणाची जपवणूक, बांधिलकी, पर्यावरण संरक्षण ही पूर्वसुरी कल्पना आदिवासी जमातीत होती व आजच्या आधुनिक काळातही निसर्गाबद्दलचे प्रेम व आपुलकी आदिवासी जमातीत प्रायः इतरजणांपेक्षा जास्त दिसून येते. आजच्या आधुनिक काळात, जागतिकीकरणाच्या दवाबाखालीसूद्धा आदिवासी जमातींमध्ये पर्यावरणाबद्दलची बांधिलकी तसूभरही कमी झालेली नाही. पर्यावरण बांधिलकी ही आदिवासी समाजाची सुत्रबद्ध जीवनशैली आहे.

आधुनिक इतिहासातील ब्रिटिश काळात केलेल्या इ.स. १९२१ च्या जनगणनेत आदिवासी समाजाला डोंगरी व वन्य जमाती असे नमूद करण्यात आले आहे. इ.स. १९३१ च्या जनगणनेत आदिम जमाती, इ.स. १९४१ च्या जनगणनेत जनजाती व इ.स. २६ जानेवारी १९५० मध्ये संमत झालेल्या विश्वरत्न 'डॉ.बाबासाहेब आंबेडकर' यांनी निर्मिलेल्या तसेच 'जयपालसिंग मुंडा' यांचा परिसस्पर्श लाभलेल्या भारताच्या संविधानात 'अनुसूचित जमाती' असा उल्लेख केलेला दिसतो.

एका स्वतंत्र दृष्टिकोनातून आदिवासी समाजाकडे पाहिल्यावर असे म्हणता येईल की, आदिवासी समाजातील लोकांची स्वतंत्र भाषा, संस्कृती, जीवनपद्धती होती व आजही तत्कालिन परिस्थितीत ती टिकून आहे. 'आदिवासी' म्हणून ओळखल्या जाणाऱ्या जमाती अनेक देशांत, राष्ट्रांत दिसून येतात. या प्रत्येक जमातीचे स्वतंत्र नाव आहे. त्याशिवाय राष्ट्रांतील अशा सर्व जमातींना मिळून एक सामान्य नाव आहे. इ.स. १९८० नंतर जगातील आदिवासींच्या हक्कांच्या आणि हिताच्या संरक्षण

दृष्टिकोनातून संयुक्त राष्ट्र संघटनेद्वारे एक व्यासपीठ तयार करुन देण्यात आले.

ऑगस्ट १९८३च्या 'जिनिव्हा' येथे आदिवासी अभ्यासकांनी जगातील 'आदिवासी' जमातीसाठी एक नाव स्वीकारले ते म्हणजे 'इंडिजिनस पिपल' हे होय. भारतात सर्वसामान्यपणे योजला जाणरा 'आदिवासी' हा शब्द जवळजवळ त्याच अर्थाचा, त्याच अर्थाने ध्वनीत होणार आहे. सर्व व्याख्या आणि अभ्यासकांच्या संकल्पनांचा विचार करता असे स्पष्ट समजण्यास हरकत नाही की, आदिवासी म्हणजे जगातील मूळ रहिवासी वा 'मूलनिवासी' होय.

०००

# २

# भारतातील आदिवासी जमाती

भारतीय आदिवासी हे 'महाश्म' वा 'महापाषाण संस्कृती' जन्मास घालणारे लोक असावेत, त्या संस्कृतीचे निर्मितीकार असावेत असा मतप्रवाह फार पूर्वीपासून विचारवंतांमध्ये आहे. इंग्रजीमध्ये आदिंवासीकरिता 'Aboriginal' आणि 'Primitive' हे शब्द वापरले जातात. 'Aboriginal' चा अर्थ मूळचे रहिवासी तर

'Primitive' म्हणजे प्राचीन किंवा आरंभापासून अथवा सुरुवातीपासून असा होतो, याचाच अर्थ 'आदिवासी' म्हणजे त्या-त्या प्रदेशातील मूळचे रहिवासी अर्थात 'मूलनिवासी' होत. ' डॉ.जी.एस.घुर्ये ' यांनी आदिवासींना तथाकथित मूळचे रहिवासी (so called Aboriginecs) असे म्हटले आहे त्यांचे हे मत योग्य व रास्तच आहे. भारतात आदिवासी जमाती मोठ्या प्रमाणात असून त्या भारतभर विखुरलेल्या स्थितीत आहेत. या जमातींना नानाविध नावे आहेत. अगदी मूळचे रहिवासी किंवा 'आदिवासी' हा शब्दप्रयोग प्रामुख्याने 'रिस्ले एल्विन ग्रीगवन' यांनी योजलेला आहे. भारतीय घटना बनविण्याची प्रक्रिया सुरु असताना आदिवासींच्या विकास तरतूदीसाठी 'ठक्करबाप्पा' त्या समितीचे अध्यक्ष होते.

आफ्रिका खंडाच्या खालोखाल भारत देशात आदिवासींची संख्या जास्त आहे. भारतीय राज्यघटनेनुसार भारतात जवळपास ६४५ आदिवासी जमाती (Scheduled Tribes) आहेत. इ.स. २०११ च्या जनगणनेनुसार आपल्या भारत देशात आदिवासींची लोकसंख्या १०.४३ कोटी इतकी आहे. या जनगणनेनुसार भारताच्या एकूण लोकसंख्येत अनुसूचित जमातीच्या लोकांचे वा आदिवासींचे प्रमाण ८.६ आहे. भारतीय संविधानात 'आदिवासी' समाजासाठी 'अनुसूचित जमाती' हा शब्द संविधान समाविष्ट करण्यात आला आहे. मागास समूहाचा विचार करता हा शब्द संविधान सहसंमतीने वापरला जातो. 'SC' म्हणजे 'अनुसूचित जाती' तर 'ST' म्हणजे 'अनुसचित जमाती' असे निश्चित करण्यात आले आहे. महात्मा गांधीजींनी अनुसूचित जातींना 'हरिजन' व अनुसूचित जमातींना 'गिरीजन' असे संबोधले, परंतु त्यातून अभिप्रेत होत असलेली न्यूनता पाहून विश्वरत्न

'डॉ.बाबासाहेब आंबेडकर' यांनी 'हरिजन' शब्दाला तर आदिवासी समाजाचे प्रतिनिधी 'जयपालसिंग मुंडा' यांनी 'गिरीजन' या शब्दांस तीव्र आक्षेप घेतला. भारतातील आदिवासी बांधवास वनवासी, गिरीजन, आरण्यक या नावाने संबोधनाऐवजी संविधानाच्या चौकटीत असलेला 'अनुसूचित जमाती' हाच शब्द अधिक कायदेशीर व संविधानसंमत आहे. संविधानाच्या अनुच्छेद ३४२ नुसार आदिवासी समाजास 'अनुसूचित जमाती' म्हटले जाते. त्यादृष्टीने कलम ३४२ हे महत्वपूर्ण कलम आहे. भारतीय घटनेनुसार 'अनुसूचित जमाती' ही संज्ञा ३६६व्या कलमात योजली आहे. आजच्या तत्कालिन भारतातील २८ घटकराज्यातील व ८ केंद्रशासित प्रदेशात आढळून येणारे आदिवासी खालीलप्रमाणे आहेत - -

**१) आंध्र प्रदेश** -आंध, बगाटा, भील, चेंचू, चेंचवार, गडाबास, गोंड, नायकपोंड, राजगोंड, गौडू, हिल रेड्डी, जटापूस, कम्मारा, कट्टुनायाकन, कोलम, मन्नेरवर्लू, कोंडा धोराज, कोंडा कापूस, कोंडारेड्डीस, कोंधस, कोडी, कोधु, देसया कोंधस, डोंगरिया कोंधस, कुट्टिया कोंधस, टिकरिया कोंधस, येनिटी कोंधस, कोटिया, बेंथों ओरिया, बारतिका, धुलिया, डुलिया, होल्वा, पैको, पुटिया, सन्रोना, सिधोपैको, कोया, गौड, राजाह, राशा कोया, लिंगधारीकोया, कोट्टू कोया, भिने कोया, राज कोया, कूलिया, मालिज, मन्ना धोरा, नायकस, मुखा धोरा, नूका धोरा, नायकस, परधान, पोर्जा, पेरंगीपेर्जा, रेड्डी धोरास, रोना, रेना, सवारास, कापू सवाराम, मलिया सवारास, खुट्टू सवारास, सुगाली, लंबाडीस, थोटी, वाल्मीकी, येनाडीज, येरुकुलास

**२) अरुणाचल प्रदेश** - अबोर, अका, अपातानी, डफला, गालोंग, खांपती, खोवा, मिश्मी, मोंबा, नागा, शेरदुकपेन, सिंगफो

३) **आसाम** -चकमा, डिमासा, कचारी, गारो, हाजोंग, हमार, खासी, जयंतिया, सिंतेंग, प्रार, वार, भोई, लिंगनगाम, कुकी, लाखेर, मान, मिजो, लुशाई, मिकिर, नागा, पावी, सिथेंग, बोरो, बोरोकचारी, देओरी, होजाई, कचारी, सोनवाल, लालुंग, मेच, मिरी, राभा

४) **बिहार** - असूर, बैगा, बंजारा, बाथुडी, बेदिया, भूमिज, बिंझिया, बिरहोर, बिरजिया, चेरो, चिक बराइक, गोंड, गोराइत, हो, करमाली, खरिया, खरवार, खोंड, किसान, कोरा, कोरवा, लोहार, लोहरा, महली, माल पहाडिया, मुंडा, उरांव, परहैया, संथाळ, सौरिया पहाडिया, सावर

५) **छत्तीसगड** - अगारिया, आंध, बैगा, भारिया, भूमीया, भुनहार, भारीया, पालीहा, पांडो, भट्टारा, भिल्ल, भिलाला, बरेला, पटेलिया, भिल मिना, भुंजिया, बीआर, बियार, बिंझवार, बीरहुल, बीरहोर, दमोर, दामारिया, धनवार, गडबा, गडाबा, गोंड, हलबा, हलबी, कमार, कारकू, कोरकू, कवर, कंवर, कौर, चेरवा, राठिया, तंवर, छत्री, खैरवार, कोडार, खरिया, कोध, कोल, कोलाम, कांध, बोपची, कोरवा, कोडाकू, मांझी, मझवार, मवासी, मुंडा, नगेसिया, नागासिया, उरांव, धानका, धांगड, पाव, परधान, पथारी, सरौती, पारधी, चिता पारधी, लंगोली पारधी, फांस पारधी, शिकारी, टकनकर, टाकिया, परजा, सहारिया, सहरिया, साओता, सौर, सौंता, सावर, सवरा

६) **गोवा** - धोडिया, दुबला, नायकदा, सिद्दी, वारली

७) **गुजरात** - बारडा, बावचा, बामचा, भरवाड, भिल्ल, भिल्ल गरासिया, धोली भिल्ल, डुंगरी भिल्ल, मेवासी भिल्ल, रावाल भिल्ल, तडवी भिल्ल, भगालिया, भिलाला, पावरा, वसावा, वसावे, चारन, चौधरी, चोथरा, धनका, तडवी, टेटारिया, वालवी, धोडीया, दुबला, तलाविया, हलपती, गमित, गम्ता, गविट, मावची, पाडवी, गोंड, राजगोंड, काथोडी, कातकरी, ढोर

१२

काथोडी, ढोर कातकरी, सोन काथोडी, सोन कातकरी, कोकना, कोकनी, कुक्ना, कोळी ढोर, टोकरे कोळी, कोल्चा, कोल्धा, कुणबी, नायकडा, नायका, चोलीवाला नायका, कपाडिया नायका, मोटा नायका, नाना नायका, पढार, पारधी, अदविचिन्चेर, फासेपारधी, पटेलिया, पोमला, रबारी, राथवा, सिद्दी, वाघरी, वारली, विटोला, कोतवालिया, बरोडिया

**८) हरियाणा-** या राज्यात आदिवासी जमाती नाहीत.

**९) हिमाचल प्रदेश -** भोट, बोध, गद्दी, गुज्जर, जाद, लांबा, खंपा, कनौरा, किन्नरा, लाहौला, पंगवाला, स्वांगला

**१०) झारखंड -** असूर, बैगा, बंजारा, बथुडी, बेडिया, बिरहोर, बिरजिया, भूमिज, बिहिंजा, चेरो, गोंड, हो, मुंडा, चिक्क बराइक, गोंड, गोराइत, करमाली, खरिया, खरवार, खोंड, किसान, कोरा, कोरवा, लोहरा, महली, माल पहाडिया, मुंडा, उरांव, परहाइया, संथाळ, सौरिया पहाडिया, सावर

**११) कर्नाटक -** गौदलू, हिक्चपिक्कि, इरुलिग, जेतुकुरुब, मलैकुडि, भिल्ल, गोंड, तोडा, वारली, चेंचु, कोया, अरनदन, येरव, होलेय, कोरम, अदीयान, बारडा, बावचा, चोधरा, दुबला, गामीत, गोवडालु, हाक्कीपीक्की, हासलारु, काडूकुरुबा, काम्मरा, कानीवान, काथोडी, काट्टुनायकन, कोकणा, कोळी ढोर, कोंडा कापूस, कोरगा, कोटा, कुडीयाम, मारती, पाल्लीयान, पानीयान, पारधी, पातेली, राथवा, शोलगा, सोलीगारु, वितोली,

**१२) केरळ -** कदर, इरुवलन, मुथुवन, कनिक्कर, मलंकुरवन, मलयरयन, मलवेतन, पलयन, मन्नन, उल्लतन, उरळी, विशवन, अरनदन, कट्टुनैकन, कोरग, कुरिचियम, मालसर, कुरुन, मुयुवन, पसियन, पुलयन, मलयाली, कुंरुब, अदीयान, हिल पुलाया, इयुलार,

कामरा, कोंचू वेलन, कोंडा कापूस, कोनदारेडीस, माहा मालासार, मालाई आर्यन.

**१३) मध्य प्रदेश** - अगारिया, आंध, बैगा, भारिया, भूमीया, भारीया, पालीहा, पांडो, भत्तरा, भिल्ल, भिलाला, बरेला, पटेलिया, भिल मिना, भुंजीया, बीआर, बियार, बिंझवार, बीरहुल, बीरहोर, दमोर, दामारिया, धनवार, गडबा, गडाबा, गोंड, हलबा, हलबी, कमार, कारकू, कोरकू, कवर, कंवर, कौर, चेरवा, राठिया, तंवर, छत्री, खैरवार, कोडार, खरिया, कोध, कोल, कोलाम, कांध, बोपची, कोरवा, कोडाकू, मांझी, मझवार, मवासी, मुंडा, नगेसिया, नागासिया, उरांव, धानका, धांगड, पाव, परधान, पथारी, सरौती, पारधी, चिता पारधी, लंगोली पारधी, फांस पारधी, शिकारी, टकनकर, टाकिया, परजा, सहारिया, सहरिया, साओता, सौर, सौंता, सावर, सवरा

**१४) महाराष्ट्र** - आंध, बावचा, बैना, भारीया, भूमिया, भुईहार, पांदो, भट्टरा, भिल्ल, भिल्ल गरासिया, धोली भिल्ल, डुंगरी भिल्ल, डुंगरी गरासिया, मेवासी भिल्ल, रावल भिल्ल, तडवी भिल्ल, भागलिया, भिलाला, पावरा, वसावा, वसावे, भुंजिया, बिंझवार, बिरहुल, बिरहोर, धनका, तडवी, तेतारिया, वळवी, धनवार, धोडिया, दुबला, तलाविया, हलपति, गामित, गामता, गावित, मावची, पाडवी, गोंड राजगोंड, अरख, अर्रख, अगरिया, असूर, बडी मारिया, बडा मारिया, भटोला, भीम्मा, भूता, कोईलाभूता, कोईलाभूती, भार, बाइसहार्न मारिया, छोटा मारिया, दंडामि मारिया, धुरु, धुरवा, धोबा, धुलिया, डोरला, गैकी, गट्टा, गट्टी गैटा, गोंड गोवारी, हिल मारिया, कंडरा, कलंगा, खटोला, कोइतर, कोया, खीरवर, खीरवारा, कुचा मारिया, कुचाकी मारिया, माडिया, मारिया, माना, मन्नेवार, मोघया, मोगिया, मोंघ्या, मुदिया, मुरिया, नागरची, नायकपोड, नागवंषी, ओझा,

राज, सोन्झारी झरेका, थोटया, वाडे मारिया, वडे मारिया, हळबा, हळबी, कमार, काथोडी, कातकरी, ढोर कातकरी, सोन काथोडी, सोन कातकरी, कवर, कंवर, कौर, चेरवा, राथिया, तंवर, छत्तरी, खैरवार, खडिया, कोकना, कोकनी, कुक्ना, कोल, कोलाम, मन्नेरवारलु, कोली ढोर, टोकरे कोळी, कोलचा, कोलघा, **कोळी महादेव**, डोंगर कोळी, कोळी मल्हार, कोंध, खोंड, कांध, कोरकू, बोपची, मोवासी, निहाल, नाहुल, बांधी, बोंडेया, कोया, भिनेकोवा, राजकोया, नगेसिया, नगासिया, नाईकडा, नायका, चोलीवाला नायका, कापडिया नायका, मोटा नायका, नाना नायका, ओरांव, धांगड, परधान, पथारी, सरोती, पारधी, अदविंचिंचेर, फासे पारधी, लंगोली पारधी, बहेलिया, बहेल्लिया, चित्ता पारधी, शिकारी, टाकनकर, टाकिया, परजा, पटेलिया, पोमला, रथावा, सावर, सावरा, ठाकुर, ठाकर, क-ठाकूर, मा-ठाकुर, मा-ठाकूर, थोटी, वारली, विटोलिया, कोतवालिया, बरोडिया

**१५) मणिपूर** - आयमोल, अनाल, अंगामी, चिरु, चोथे, गंगते, हमार, काबुई, कचा नागा, कोइराओ, कोयरेंग, कोम, लामगंग, माओ, मराम, मारिंग, कोई मिजो, मोन्संग, मोयोन, पाइते, पुरुम, राल्ते, सेमा, सिम्ते, सुहते, तंगखुल, थडोऊ, वाइफूई, जोऊ

**१६) मेघालय** - बोरो कचारीज, चकमा, डिमासा, कचारी, गारो, हाजंग, हमार, खासी, जैंतिया, सिंतेंग, प्नार, वार, भोई, लिंगाम, कोच, कुकी, लाखेर, मान, कोई मिजो, मिकीर, नागा, पावी, राबा, रावा

**१७) मिझोरम** - चकमा, डिमासा, गारो, हाजंग, हमार, खासी, जैंतिया, कुकी, लाखेर, मान, मिझो, मिकिर, नागा, पावी, सिंतेंग

**१८) नागालँड** – नागा, गारो, कचारी, कुकी, मिकिर

**१९) ओडिशा -** बगता, बैगा, बंजारा, बंजारी, बाथुडी, भोत्तडा, धोत्तडा, भुईया, भुयां, भुमिआ, भूमिज, भुंजिआ, बिंझाल, बिझिआ, बिंझोआ, बिरहोर, बोंडो पोरजा, चेंचू, दाल, देसुआ भुमिज, धारुआ, दिद्यी, गादवा, गांडिया, घारा, गोंड, गोंडो, हो, होलवा, जातपु, जुआंग, कांध गौडा, कवर, खरिआ, खरिआन, खरवार, खोंड, कोंड, कंध, नांगुली कांधा, सीधा कांधा, किसान, कोल, कोल्ह लोहराज, कोल लोहराज, मल्हार, कोंडाडोरा, कोरा, कोरुआ, कोटिआ, कोया, कुलीज, लोधा, माडिया, महाली, मनकिडी, मनकिरकिआ, माटिया, मिर्धाज, मुंडा, मुंडा लोहरा, मुंडा महालीज, मुंडारी, ओमानत्या, उरांओ, परोजा, पेंटिया, रजुआर, सओरा, सावर, सौरा, सहरा, षबर, लोधा, सौंतो, थारुआ

**२०) पंजाब -** या राज्यात आदिवासी जमाती नाहीत

**२१) राजस्थान -**भिल्ल, भिल्ल गरासिया, धोली भिल्ल, डोंगरी गरासिया, मेवासी भिल्ल, रावल भिल्ल, तडवी भिल्ल, भागालिया, भिलाला, पावरा, वसावा, वसावे, भिल्ल मिना, दामोर, दामारिया,धानका, तडवी, तेतारिया, वळवी, गरासिया, काथोडी, कातकरी, ढोर काथोडी, ओहर कातकरी, सोन काथोडी, सोन कातकरी, कोकना, कोकनी, कुकना, कोळी ओहोर, टोकरे कोळी, कोलचा, कोलगा, मिना, नाईकडा, नायका, चोलिवाला नायका, कापडिया नायका, मोटा नायका, नाना नायका, पटेलिया, सेहारिया, सेहरिया, साहारिया

**२२) सिक्कीम -** भूटिया, लेपचा

**२३) तामीळनाडू -** अडियन, अरनाडन, एरावल्लन, इरुलर, कादर, कम्मारा, कनिकरण, कनिक्कर, कनियन, कनयन, कट्टनायकन, कोचु वेलन, कोंडा कापुस, कोंडारेड्डीज, कोरगा, कोटा, कुडिया, मेलाकुडी, कुरिच्छन, कुरुंगास, कुरुमन्स, महा मालासार, मलई आरेयन, मलई

पंडारम, मलई वेडन, मालाक्कुरवन, मालासार, मलयाली, मलयेकंडी, मान्नन, मुदुगर, मुदुवन, मुथुवन, पल्लेयन, पल्लियन, पल्लियार, पनियन, शोलगा, टोडा, उराली,

**२४) तेलंगणा** - आंध, साधु आंध, बगाटा, भिल्ल, चेंचु, गडाबास, बोडो गडाबा, गुटोब गडाबा, कल्लायी गडाबा, पारंगी गडाबा, कथेरा गडाबा, कापू गडाबा, गोंड, नायकपोड, राजगोंड, कोईतुर, हिल रेड्डी, जटापुस, कम्मारा, कट्टुनायाकन, कोलम, कोलावर, कोंडा धोराज, कुबी, कोंडा कापूस, कोंडारेड्डीस, कोंधस, कोडी, कोधु, देसया कोंधस, डोंगरिया कोधस, कुट्टिया कोंधस, टिकरिया कोंधस, येनिटी कोंधस, कुविंगा, कोटिया, बेंथों ओरिया, बारतिका, धुलिया, होलवा, सानरोना, सिधोपाईको, कोया, धोली कोया, गुत्ता कोया, काम्मरा कोया, मुसरा कोया, ओड्डी कोया, पट्टीडी कोया, राजाह, राशा कोया, लिंगधारीकोया, कोट्ट कोया, भिने कोया, राज कोया, कुलिया, मन्ना धोरा, मुखा धोरा, नूका धोरा, नायकस, परधान, पोर्जा, पेरंगीपेर्जा, रेड्डी धोराज, रोना, रेना, सवारास, कापू सवारास, मलिया सवारास, खुट्ट सवारास, सुगाली, लंबाडीस, बंजारा, थोटी, येनाडीस, चेल्ला येनाडीस, काप्पला येनाडी, मनची येनाडी, रेड्डी येनाडी, येरुकुलास, कोरचा, दब्बा येरुकुलास, कुंचीपुरी येरुकुला, येप्पु येरुकुला, नक्काला, कुरिवीकरन

**२५) त्रिपुरा** - भिल्ल, भुटिया, चैमल, चकमा, गारो, हलाम, जमातिया, खासीया, कूकी, लेपचा, लुसाई, माग, मुंडा, कौर, नोआतिया, ओरांग, रियांग, संथाळ, त्रिपुरा, त्रिपुरी, टिप्पेरा, उचई

**२६) उत्तर प्रदेश** - भोटिया, बुक्सा, जौनसारी, राजी, थारु

**२७) उत्तरांचल** - भोटिया, बुक्सा, जौनसारी, राजी, थारु

२८) **पश्चिम बंगाल** - असुर, बैगा, बेदिआ, बेदिया, भूमिज, भूटिया, षेरपा, टोटो, दुकपा, कगाले, तिबेतन, योलमो, बिरहोर, बिरजिया, चकमा, चेरो, चिकबराईक, गारो, गोंड, गोरईत, हाजंग, हो, करमाली, खारवार, खोंड, किसान, कोरा, कोरवा, लेपचा, लोधा, खेरिया, खारिया, लोहारा, लोहरा, माघ, महाली, महली, माल पहाडिया, म्रु, मुंडा, नागेसिया, ओरांव, परहईया, राभा, संताल, सौरिया पहाडिया, सावर

२९) **अंदमान आणि निकोबार(केंद्रशासित प्रदेश)** - अंदमानीज, चारियर, चारी, कोरा, टाबो, बो, येरे, केडे, बीया, बलावा, बोजिगियाब, जुवाई, कोल, जरावाज, निकोबारीज, ओंगेज, सेंटीनलीज, शोम पेन्स

३०) **चंदीगड (केंद्रशासित प्रदेश)** - या केंद्रशासित प्रदेशात आदिवासी जमाती नाहीत

३१) **दमण आणि दीव(केंद्रशासित प्रदेश)** - धोडिया, दुबला, नायकडा, सिद्दी, वारली

३२) **दादरा आणि नागर हवेली(केंद्रशासित प्रदेश)** - धोडिया, दुबला, काथोडी, कोकना, कोळी ढोर, नायकडा, नायका, वारली

३३) **दिल्ली** - या राज्यात आदिवासी जमाती नाहीत

३४) **पुदुच्चेरी(केंद्रशासित प्रदेश)** - या केंद्रशासित प्रदेशात आदिवासी जमाती नाहीत

३५) **लक्षद्वीप(केंद्रशासित प्रदेश)** - अमीनीदिवी, कोया, माल्मी, मेलाचेरी

३६) **जम्मू-काश्मीर आणि लडाख (केंद्रशासित प्रदेश)** - बकरवाल, बाल्टी, बेडा, बोट, बोटो, ब्रोक्या, दर्द, षिन, चांग्पा, गद्दी, गर्रा, गुज्जर, मोन, पुरिग्या, सिप्पी

१८

विशालकाय भारत देशाच्या भौगोलिकतेचा विचार करता आदिवासी जमाती ह्या विखुरलेल्या आहेत. या जमातींचे भौगोलिक निकषावरील विभाजन पुढीलप्रमाणे करता येईल ---

## भौगोलिक निकषावरील विभाजन व प्रमुख आदिवासी जमाती

### ◉ ईशान्य विभाग :--

ईशान्य विभागात अरुणाचल प्रदेश, नागालँड, मिझोराम, आसाम, त्रिपुरा या राज्यात मुंडा, कुकी, नागा, रियांग, खासी, गारो, मिझो, सेमा, मिरी, आपातानी या आदिवासी जमातींचा प्रामुख्याने समावेश होतो.

### ◉ हिमालय लगतचा भाग :--

हिमालयालगतचा जो भौगोलिक भाग आहे यात उत्तर आणि वायव्य भारत, हिमाचल प्रदेश यांचा समावेश होतो. गुर्जर, गड्डी, थेरू, जौन्सारी इत्यादी आदिवासी जमाती हिमालयालगतच्या भागात आहेत.

❖ कोळी महादेव : सह्याद्रीच्या आदिवासींचा इतिहास

## ◎ मध्य आणि पूर्व विभाग :--

मध्य पूर्व भागाचा विचार करता बिहार, पश्चिम बंगाल, ओरिसा, मध्यप्रदेश, उत्तरप्रदेश या राज्यात संथाल, कोल, उरांव, मुंडा, हो, बैंगा, भिल्ल, पहाडीया, लेपचा, कोरवा या आदिवासी जमातींचा समावेश होतो.

## ◎ दक्षिण विभाग :--

दक्षिण विभागात आंध्रप्रदेश, कर्नाटक, तामिळनाडू, केरळ या राज्यात चेंचवार, कोल, टोळ, कादर, इरूला, गोंड, अरियन इत्यादी प्रमुख आदिवासी जमाती आहेत.

## ◎ पश्चिम विभाग :--

पश्चिम विभागात महाराष्ट्र, गुजरात, राजस्थान या राज्यात गोंड, परधान, भिल्ल, कोरकू, वारली, **कोळी महादेव**, सहारिया, कोल, कातकरी, कोकणा इत्यादी प्रमुख आदिवासी जमातींचा समावेश होतो.

२०

मध्यप्रदेश, महाराष्ट्र, ओरिसा, राजस्थान, गुजरात, झारखंड, आंध्र प्रदेश, पश्चिम बंगाल आणि कर्नाटक या राज्यांमध्ये अनुसूचित जमातींची लोकसंख्या जास्त आहे. या राज्यांची जमातींची संख्या देशाच्या एकूण अनुसूचित जमातींच्या लोकसंख्येच्या ८३.२% आहे. आसाम, मेघालय, नागालॅंड, जम्मू, काश्मीर, त्रिपुरा, मिझोराम, बिहार, मणिपूर, अरुणाचल प्रदेश आणि तामिळनाडू या राज्य/प्रदेशातील जमातींची लोकसंख्या एकूण अनुसूचित जमातीच्या लोकसंख्येच्या १५.३% आहे. लक्षद्वीप आणि मिझोराम मधील अनुसूचित जमातींची संख्या तेथील एकूण लोकसंख्येच्या सर्वाधिक आहे. 'मध्यप्रदेश' या राज्यामध्ये अनुसूचित जमातींची लोकसंख्या सर्वात जास्त आहे. त्यानंतर दुसऱ्या क्रमांकावर ओरिसाचा क्रमांक लागतो. छत्तीसगडच्या 'बस्तर' जिल्ह्यात अनुसूचित जमातींची लोकसंख्या देशात सर्वात अधिक आहे. दिल्ली, चंदीगड, पॉंडेचेरी आणि हरियाणामध्ये अनुसूचित जमाती नाहीत.

भारतातील 'संथाल' ही सर्वात मोठी आणि सर्वात प्राचीन जमातींपैकी एक आहे. ही जमात आसाम, बिहार, छत्तीसगड, झारखंड, ओरिसा आणि पश्चिम बंगालमध्ये पसरलेली आहे. लोकसभेत अनुसूचित जमातींसाठी जागांचे आरक्षण आहे. लोकसभेतील जागा वाटप हे राज्यातील एकूण लोकसंख्येच्या प्रमाणात अनुसूचित जमातीच्या प्रमाणानुसार केले जाते.

भारतामधल्या आदिवासी जमातींसाठी भारतीय संविधानामध्ये काही खास, विशेष तरतुदी आहेत. भारतातील आदिवासी समाज हा देशाच्या समृद्ध सांस्कृतिक विविधतेचा एक महत्त्वपूर्ण घटक आहे. आदिवासी समाज आपली स्वतःची विशिष्ट संस्कृती, परंपरा आणि

जीवनशैलीचे कटाक्षाने पालन करतो. याच आदिवासी संस्कृतीचे संरक्षण करण्याचे महत्वपूर्ण कार्य भारतीय संविधान करते. आदिवासी समाजाचा विचार करता एक रक्षक- संरक्षक म्हणून भारतीय संविधानाची भूमिका फार महत्त्वपूर्ण आहे. आदिवासी समाजाचे सुरक्षा कवच म्हणून भारतीय संविधानाचे कार्य सर्वश्रुत व बहुआयामी आहे. आदिवासींच्या संरक्षणाशी संबंधित तरतुदींचा विचार करता संविधानाच्या कलम १५(४), १६(४), १९(५), २३, २९, ४६, १६४, २४४, ३३०, ३३२, ३३४, ३३५, ३३८(क), ३३९(१), ३४०, ३४२, ३७१(क), (ख) व (ग) मध्ये समाविष्ट आहेत. अनुसूचित जमातींच्या विकासाशी संबंधित तरतुदींचा विचार करता संविधानाच्या प्रामुख्याने कलम २७५(१) पहिली तरतूद, ३३९(२) मध्ये समाविष्ट आहे.

## ❁भारतीय संविधानातील आदिवासींच्या तरतुदी

**:** भारतीय संविधानात आदिवासी समाजाविषयी अनेक तरतुदी आहेत. यामध्ये खालील गोष्टींचा समावेश होतो.

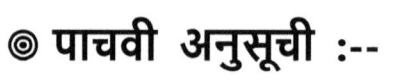

### ◎ पाचवी अनुसूची :--

आदिवासी समाजाच्या जमीन, जंगल आणि इतर संसाधनांवरील हक्कांचे संरक्षण पाचव्या अनुसूचीमध्ये करण्यात आले आहे. त्यात आदिवासी अनुसूचित क्षेत्रे. अनुसूचित जमातीचे प्रशासन आणि नियंत्रण यांच्या संदर्भात तरतुदी आहेत. आसाम, मेघालय, त्रिपुरा आणि मिझोराम ही चार राज्ये वगळता इतर कोणत्याही राज्यातील अनुसूचित आणि

आदिवासी क्षेत्रांचे प्रशासन आणि नियंत्रण याबाबतच्या तरतुदी या पाचव्या अनुसूची अंतर्गत नमूद केल्या आहेत. राज्यघटनेने देखील 'Tribe' हा शब्द योजला असला तरी तिची व्याख्या केलेली नाही. परंतु भारताचे राष्ट्रपती घटनेच्या कलम ३४२(i) अन्वये अधिसूचना काढून एखाद्या आदिम जमातीला 'अनुसूचित जमात' (Scheduled Tribe) म्हणून घटनेच्या पाचव्या अनुसूचित अंतर्भूत करू शकतात. नंतरच त्या आदिवासी समाजाला 'अनुसूचित जमाती' असा दर्जा प्राप्त होतो.

## ◎ पेसा(PESA) कायदा [पंचायत विस्तार (अनुसूचित क्षेत्र) अधिनियम १९९६ ] :--

भारतातील अनुसूचित क्षेत्रात राहणाऱ्या लोकांसाठी पारंपारिक ग्रामसभांद्वारे स्वशासन सुनिश्चित करण्यासाठी केलेला 'पेसा कायदा' हा कायदा आहे. अनुसूचित क्षेत्रे ही भारतीय संविधानाच्या पाचव्या अनुसूचीने निश्चित केलेली क्षेत्रे आहेत. हा कायदा २४ डिसेंबर १९९६ रोजी अस्तित्वात आला. या कायद्याअंतर्गत भारत देशातील एकूण १० राज्यांचा समावेश होतो. त्यामध्ये- १) महाराष्ट्र २) गुजरात ३) आंध्र प्रदेश ४) मध्यप्रदेश ५) झारखंड ६) ओरिसा ७) छत्तिसगड ८) हिमाचल प्रदेश ९) राजस्थान १०) तेलंगाना या राज्यांनाच पेसा हा कायदा लागू आहे.

२३

महाराष्ट्र राज्यातील १३ जिल्हे - १) अहमदनगर २) पुणे ३) ठाणे ४) पालघर ५) धुळे ६) नंदुरबार ७) नाशिक ८) जळगाव ९) अमरावती १०) यवतमाळ ११) नांदेड १२) चंद्रपूर 13) गडचिरोली यांना 'पेसा' हा कायदा लागू आहे. हा कायदा अनुसूचित क्षेत्रातील आदिवाशी समाजाशी संबंधित असून आदिवाशींची संस्कृती, प्रथा, परंपरा यांचे जतन व संवर्धन करणे व ग्रामसभेच्या माध्यमातून आदिवाशींची स्वशासन व्यवस्था बळकट करणे हे 'पेसा' या कायद्याचे प्रमुख सूत्र आहे. या कायद्यान्वये अनुसूचित क्षेत्रातील ग्रामसभेस अनुसूचित क्षेत्राबाहेरील ग्रामसभेपेक्षा महाराष्ट्र (मुंबई) ग्रामपंचायत अधिनियम १९५८, कलम ५४ ने विशेष अधिकार देण्यात आले आहेत.

## ◎ सहावी अनुसूची :--

या अनुसूचीमध्ये आसाम, मेघालय, त्रिपुरा आणि मिझोराम या आदिवासी राज्यांमधील आदिवासी क्षेत्रातील प्रशासनासंबंधी तरतुदी आहेत. थोडक्यात पाचव्या अनुसूचीमध्ये वगळलेल्या सप्तभगिनी क्षेत्र ईशान्येकडील आसाम, मेघालय, त्रिपुरा आणि मिझोराम या चार राज्यांच्या अनुसूचित आणि आदिवासी भागातील प्रशासन आणि नियंत्रणाशी संबंधित आहे.

## ◎ कलम १५ आणि १६ :--

कलम १५ आणि १६ कलम जाती आणि धर्माच्या आधारे भेदभाव करण्यास बंदी घालते. आदिवासी समाजाला सामाजिक विषमतेला सतत सामोरे जावे लागते. आज काळ बदलत चाललेला आहे, तरीही काही भागांमध्ये, काही क्षेत्रांमध्ये, काही राज्यांमध्ये हा सामाजिक भेदभाव होतो आणि त्यासाठी संविधानातील हे कलम आदिवासी समाजाच्या मदतीला येते. कलम १६(४) अन्वये अनुसूचित जाती व अनुसूचित जमातीला (आदिवासी) आरक्षणाचा अधिकार भारतीय संविधानाने प्रदान केला आहे.

## ◎ कलम २३ :--

मानवी तस्करी आणि सक्तीचे श्रम थांबवणे हे या कलम २३ चे उद्दिष्ट होते. सामाजिक दुष्कृत्यांवर बंदी घालणे हा त्यामागे उद्देश होता. आदिवासी समाजाचा विचार करता त्यांच्यावर होणाऱ्या अन्यायामध्ये त्यांच्याकडून श्रमाचा मोबदला न देता सक्तीचे श्रम करून घेणे ही बाब येते, त्यामुळे हे कलम २३ आदिवासी समाजाला सक्तीचे श्रम करून घेणाऱ्याविरुद्ध संरक्षण प्रदान करते, असे म्हणता येईल.

२५

## ◎ कलम २९ :--

हे कलम आदिवासी समाजाला आपली भाषा, संस्कृती, परंपरेला सुरक्षित ठेवण्यासाठी उपयोगी पडते. कलम २९ या कलमानुसार भारताच्या राज्य क्षेत्रात किंवा त्या कोणत्याही भागात राहणाऱ्या ज्या कोणत्याही नागरिक गटाला विशेषत: तो गट आदिवासी असेल त्या गटाने आपली स्वतःची वेगळी भाषा, लिपी व संस्कृती ती जतन करण्याचा त्यांना हक्क असेल.

## ◎ कलम २४४ :--

'कलम २४४' हे कलम आदिवासी समाज बहुल क्षेत्रांसाठी विशेष प्रशासन व्यवस्था प्रदान करते. राज्यघटनेच्या कलम २४४ (२) अंतर्गत सहावी अनुसूची आसाम, मेघालय, त्रिपुरा आणि मिझोराम राज्यांमधील त्या भागांशी संबंधित आहे ज्यांना "आदिवासी क्षेत्र" म्हणून घोषित केले आहे आणि अशा क्षेत्रांसाठी जिल्हा किंवा प्रादेशिक स्वायत्त परिषदांची तरतूद आहे.

## ◎ कलम २७५(१) :--

हे कलम आदिवासी विकासाशी संबंधित असून भारत सरकारच्या एकत्रित निधीतून, अनुदानाच्या मार्गाने, राज्याच्या महसुलातून असे भांडवल वा आवर्ती रक्कम दिली जाईल जी 'आदिवासी' समाजासाठी संबंधित राज्याला अशा योजनांच्या खर्चाची पूर्तता करण्यास सक्षम करण्यासाठी आवश्यक असेल. राज्यातील अनुसूचित जमातींच्या कल्याणासाठी किंवा त्या राज्यातील अनुसूचित जमातींचा दर्जा वाढवण्याच्या उद्देशाने ही रक्कम उपयोगात आणली जावी. ज्यामुळे भारतीय आदिवासींचा विकास होऊन तो मुख्य समाजधारेत स्वतः सिद्ध करेल.

## ◎ कलम ३३८(क) :-

हे कलम आदिवासी समाजासाठी राष्ट्रीय अनुसूचित जमाती आयोग स्थापन करण्यासाठी केलेली विशेष तरतूद होती. या कलमानुसार १० फेब्रुवारी २००४ मध्ये राष्ट्रीय स्तरावर स्वतंत्र अशा आदिवासींसाठी राष्ट्रीय अनुसूचित जमाती आयोगाची निर्मिती करण्यात आली.

२७

## ◎ कलम ३३० :--

हे कलम केंद्रीय स्तरावर लोकसभेत आणि राज्य स्तरावर विधानसभांमध्ये आदिवासींसाठी आरक्षण प्रदान करते. थोडक्यात आदिवासी लोकप्रतिनिधींसाठी हे कलम कार्य करते असे म्हणता येईल.

## ◎ कलम ३३९ :--

भारतीय संविधानाच्या 'कलम ३३९' मध्ये आदिवासी समाजासाठी अनुसूचित क्षेत्राचे प्रशासन आणि अनुसूचित जमातींचे कल्याण या विषयासंदर्भातील बाबींवर केंद्र सरकारच्या नियंत्रणाचा उल्लेख आहे.

## ◎ कलम ३४२ :--

भारतीय संविधानाच्या 'कलम ३४२' नुसार भारतीय राष्ट्रपती संबंधित राज्य अथवा केंद्रशासित प्रदेशातील राज्यपालास निर्देश करेल की त्या जमातीला व जमाती समूहाला अनुसूचित जमाती (आदिवासी ) म्हणून मान्यता देण्यात यावी.

भारताच्या आदिवासी जमातीची जगभराची तुलना केली असता सतराव्या शतकात आदिवासींच्या जीवनावर आधारलेले बरेच साहित्य लिहिले गेले. सन १६४० साली 'वॉल्टर' यांनी मादागास्कर बेटावरील आदिवासी लोक सुखी आहेत असे लिहिले होते. 'रेमंड आस्थीन ब्रिजिट' यांनी आदिवासी संस्कृतीचे संशोधन करुन नव्या पुराव्याने इतिहास लिहिला. प्रख्यात फ्रेंच तत्त्ववेत्ता तथा फ्रेंच राज्यक्रांतीचा जनक 'रुसो' यांनी आदिवासींच्या स्वतंत्र जीवनासंबंधी आपले विचार मांडलेले दिसून येतात, तेव्हापासून 'नोबल सॅव्हेज' या संज्ञेस प्रसिद्धी मिळाली. जगभरातील काही आदिवासी भागात वस्तूंचा चलन म्हणून उपयोग होत असलेला आपणास दिसतो थोडक्यात वस्तुविनिमयाची पद्धत जेथे आदिवासी जमाती वास्तव्यास असतील तेथे अस्तित्वात असलेली दिसते. आफ्रिकेतील आदिवासी भागात कवड्या व भाल्याची पाती, सॉलोमन बेटावर व न्यू गिनीत डुक्कर, 'फिजी' बेटावर 'व्हेल मासाचा दात', बोर्निओत 'मेण', आपल्या भारत देशाच्या निकोबार बेटावर 'नारळ', अरुणाचल प्रदेशात 'मियान' नावाचा प्राणी तेथील आदिवासी समाज

वस्तुविनिमय म्हणून वापरतात. आधुनिक वा प्रगत समाजात संपर्क न करण्याची वृत्ती आणि स्वच्छंद जीवन जगण्याची आवड यामुळे आदिवासी प्रगतीपासून वंचित आहेत. परंतु आदिवासी समाज रानटी असला तरी त्यांची संस्कृती वाखाणण्याजोगी असते व आहे.

भारतीय आदिवासींनी कृषी पद्धतींच्या विकासातही महत्त्वाची भूमिका बजावली आहे. फिरती पीक घेणे, जमिन पडीक सोडणे किंवा कुरणासाठी त्याचा वापर करून धान्य पिकवणे याद्वारे सुपीकता राखणे. ओरिसातील आदिवासींनी तांदळाच्या विविध जाती विकसित करण्यात महत्त्वाची भूमिका बजावली आहे.

# ३

# महाराष्ट्रातील आदिवासी जमाती

भारत देशाच्या आदिवासी लोकसंख्येबाबत महाराष्ट्राची तुलना केली असता देशात चौथ्या क्रमाकांची 'आदिवासी' लोकसंख्या महाराष्ट्र राज्यात आहे. सन २०११ मधील जनगणनेनुसार महाराष्ट्र राज्याची एकूण लोकसंख्या

'यवतमाळ' जिल्ह्यातील 'कोलाम', 'रायगड' व 'ठाणे' जिह्यातील 'कातकरी' तसेच 'गडचिरोली' जिल्ह्यातील 'माडिया गोंड' या आदिवासी जमातींना केंद्र शासनाने आदिम जमाती म्हणून अधिसूचित केलेले आहे.

११ कोटी २३ लाख इतकी असून त्यापैकी आदिवासी जमातींची संख्या सुमारे १ कोटी ५ लक्ष इतकी आहे. ही राज्याच्या एकूण लोकसंख्येच्या ९.३५% इतकी आहे. राज्यातील बहुसंख्य आदिवासी लोकसंख्या ठाणे, नाशिक, धुळे, नंदूरबार, जळगाव, अहमदनगर, नांदेड, अमरावती, यवतमाळ, नागपूर, भंडारा, पुणे, चंद्रपूर, गडचिरोली, रायगड या जिल्ह्यात सामावलेली, एकवटलेली आहे.

महाराष्ट्राचे भौगोलिक क्षेत्र तीन लाख सात हजार सातशे तेरा चौ.कि.मी. इतके असून त्यापैकी पन्नास हजार सातशे सत्तावन्न चौ. कि.मी. क्षेत्र विशेषतः आदिवासी लोकसंख्येचे येते. त्याचे प्रमाण १६.५ टक्के एवढे आहे. सातपुड्यातील भिल्ल, पैनगंगेच्या खोऱ्यातील आंध आदिवासी, सह्याद्रीच्या डोंगररांगातील ठाकर, कोळी महादेव, कोकणा अशा बहुसंख्य आदिवासींचा प्राथमिक व्यवसाय 'शेती' हा आहे. याच बरोबर शेतमजुरी, जोड व्यवसाय पशुपालन, चटई-टोपल्या तयार करणे, जंगलातील वनौषधी गोळा करणे, गवत कापणे असे इतरही व्यवसाय आदिवासी जमाती करतात. महाराष्ट्रातील आदिवासींबाबत सूचक विधान करताना 'डॉ.इरावती कर्वे' आपल्या 'मराठी लोकांची संस्कृति' या ग्रंथात म्हणतात, ''महाराष्ट्राच्या उत्तर सीमेवर, वायव्य बाजूकडे व मधल्या डोंगरांच्या रांगात राहणारे वन्य लोक इतर सर्व महाराष्ट्रीय जनतेपासून वेगळे पडतात. भिल्ल, वारली वगैरे वन्य जमाती बहुधा मध्य हिंदुस्थानच्या अरण्यांतील मूळच्या रहिवासी असाव्यात ''

महाराष्ट्रात एकूण ४५ आदिवासी जमाती आहेत, त्यातील 'कोळी महादेव' ही एक प्रमुख आदिवासी जमात आहे. त्यापैकी काही आदिवासी जमातीची माहिती पुढीलप्रमाणे -

३२

➲ **१) आंध :-** महाराष्ट्र राज्यातील शेती व पशुपालन करणारी आदिवासी जमात म्हणून आंध आदिवासी जमात ओळखली जाते. ही जमात महाराष्ट्र राज्यातील परभणी, हिंगोली, वाशिम, जालना, नांदेड, यवतमाळ आणि अकोला या जिल्ह्यात आढळते. या जमातीचा संबंध प्राचीन इतिहासातील सातवाहन कालखंडाशी आहे. ह्या जमातीत 'वरताळी' व 'खालताळी' असे दोन गटात विभाजन होते. 'सोमा डोमा आंध' याच आदिवासी जमातीतील थोर होऊन गेले.

➲ **२) वारली :-** महाराष्ट्रात 'भिल्ल' आणि 'कोळी महादेव' या आदिवासी जमातीनंतर लोकसंख्येच्याबाबत 'वारली' आदिवासी जमातीचा क्रमांक लागतो. 'पालघर' व 'ठाणे' जिल्ह्यात 'वारली आदिवासी' ही जमात प्रामुख्याने आढळून येते. 'वारली चित्रकला' हे वारली जमातीचे वैशिष्ट्य आहे. या चित्रकलेचा प्रचार आंतरराष्ट्रीय स्तरावर झालेला आहे. वारली चित्रकलेसाठी पद्मश्री पुरस्काराने सन्मानित झालेले 'जिव्या सोमा म्हसे' पहिले आदिवासी कलावंत आहेत.

'वारली' जमातीत तीन उपजमाती आहेत. त्या अनुक्रमे मुरडे, डावर व निहीरे या होत. आदिवासी जमातीपैकी एक असणाऱ्या वारली जमातीच्या उत्पत्तीबाबत अनेक विद्वानांनी आप-आपली मते मांडली आहेत. डॉ.विल्सनच्या मते 'वराल' म्हणजे जमिनीचा नांगरलेला भाग किंवा शेतीसाठी कसलेला भाग. जे लोक वराल करतात ते लोक वारली होत. डॉ.विल्सन यांच्या मते ही जमात उंच पठारावर रहात असावी, यावरुन वर भागात रहाणारी जमात असून 'वरलट' शब्दाचा प्रयोग करण्यात आला असावा.

➲ **३) कातकरी :-** महाराष्ट्रातील 'कातकरी' एक आदिवासी जमात आहे. भारतीय स्वातंत्र्यलढ्याच्या इतिहासातील रायगड जिल्ह्यातील

चिरनेरच्या जंगल सत्याग्रहाचा क्रांतीजननायक असलेले 'नागोजी कातकरी' या समाजाचे होते. कातकरी जमातीत अथावर, धेड, सिधी, सोन व वरप असे पाच पोटविभाग असून त्यांच्यात लग्नसंबंध होत नाहीत. 'कात तयार करणे' हा जुन्या काळी कातकरी समाजाचा मुख्य व्यवसाय होता. आणि त्यावरूनच त्यांना कातकरी हे नाव पडले असावे. शिकार करणे, कोळसा बनवणे, जंगलातील लाकडे व मध गोळा करून विकणे हे व्यवसाय कातकरी आदिवासी करतात. शहापूर, मुरबाड, खालापूर, जव्हार, धसई, कर्जत, नेरळ, रत्नागिरी, पनवेल या भागात मोठ्या प्रमाणात कातकरी आदिवासी जमाती राहतात. आणि घाटावर पुणे भागात जुन्नर,(पाडली), आंबेगाव, घोडेगाव, ओतूर, भोर तसेच पुण्यातील लोणावळा या भागात देखील कातकरी समाज आढळून येतो. त्यांचे राहणीमान अजूनही साधे-सरळ-सोपे असून, मोलमजुरी, मासे पकडणे ते विकणे, जंगलात जाऊन मध काढणे या घटकावरच त्यांचा उदरनिर्वाह चालतो. हा समाज इतका मागास आहे की आताच्या काळातही हा समाज सर्व घटकात मागास राहिलेला आहे, म्हणूनच केंद्र शासनाने 'कोलाम' व 'माडिया गोंड' या आदिवासी जमाती सोबत 'कातकरी' जमातीला 'आदिम जमाती' म्हणून अधिसूचित केलेले आहे.

कातकरी समाजाच्या झोपडीत कायम एक शेकोटी पेटलेली असते तिला हे लोक 'परसा' म्हणतात. रायगड जिल्ह्यात या जमातीची जास्त वस्ती असून तिथे त्यांच्या अनेक वाड्या आहेत. महाराष्ट्राच्या उच्चभ्रू वर्गात निषेध्वक असलेला 'विधवाविवाह' कातकरी जमातीत पूर्वीपासून रूढ आहे, ही बाब सामाजिक सुधारणेचा विचार करता अभिमानास्पद, कौतुकास्पद आहे.

➲ ४) **ठाकर :-** ठाकर ही एक आदिवासी जमात आहे. हा आदिवासी समाज सह्याद्रीतील जंगलांमध्ये राहतो. आदिवासी क्रांतिकारी 'राया ठाकर' हे राघोजी भांगरे यांचे आंगरक्षक होते. तसेच राघोजी भांगरे यांचे वडील रामजी भांगरे यांचे अंगरक्षक लक्ष्या ठाकर हे होते. इतर आदिवासींप्रमाणे देवदेवता, रुढीपरंपरा ,चालीरीती यात रमणारा ठाकर समाज आहे. इ.स. १९७७ मधील 'जब्बार पटेल' दिग्दर्शित 'जैत रे जैत' हा मराठी चित्रपट ठाकर समाजाची जीवनशैली सांगण्याचा प्रयत्न करणारा चित्रपट आहे. चित्रपटाची कथा ठाकर अदिवासींवर आहे.

➲ ५) **कोरकू :-** महाराष्ट्रातील अमरावती मधील मेळघाट येथे वास्तव्य करणारी एक आदिवासी जमात कोरकू आहे. सातपुडा पर्वत आणि पूर्वीच्या मध्य प्रांतातील व आताच्या मध्य प्रदेशातील वैतुल, नेमाड, खांडवा हे जिल्हे या प्रदेशात 'कोरकू' आदिवासी जमातीचे वास्तव्य आहे.

'कोरकू' या शब्दाचा अर्थ मनुष्यजात असा आहे. अधिक विस्ताराने पाहता 'कोरु' याचा अर्थ 'माणूस', कोरकू याचा अर्थ माणसे असा होतो. कोरकू आदिवासींचा अनेक मानवशास्त्रज्ञ 'कोल' ऊर्फ 'मुंडा' मानववंशाची एक शाखा म्हणून उल्लेख करतात. कोरकूंची सर्वांत मोठी शाखा 'मवासी' या नावाने ओळखली जाते. कोरकू स्त्री व पुरुष काटक शरीरयष्टीचे, मध्यम बांध्याचे असून गोल चेहरा आणि कुरळे केस अशी त्यांच्या चेहऱ्याची ठेवण आहे. करतात. स्त्रिया अलंकारांमध्ये कंगनी (बांगड्या), पोले (पोकळ सलकडे), बहुतस (वाकी), तडीयास (पोकळ वाकी), टगली (भरीव कडे), माला (नाण्यांची माळ), जेमका (चांदीचा सर) असे चांदीचे दागिने वापरतात. वृद्ध स्त्रिया शिशापासून बनविलेली वाकी (मठी) दंडावर घालतात. त्याचबरोबर आता स्त्रिया

मंगळसूत्र, नथ, बांगड्या इत्यादी सोन्याचे अलंकार घालताना दिसतात. स्त्रिया लहान वयातच हातावर, गालावर, कपाळावर, पायावर गोंदवून घेतात.

महाराष्ट्र राज्यात एकूण ३६ जिल्हे असून त्यापैकी धुळे, नंदुरबार, जळगाव, नाशिक, पालघर व ठाणे (सह्याद्री प्रदेश) तसेच चंद्रपूर, गडचिरोली, गोंदिया, भंडारा, नागपूर, अमरावती व यवतमाळ (गोंडवन प्रदेश) या पूर्वेकडील वनाच्छादित जिल्ह्यांमध्ये आदिवासींची संख्या मोठ्या प्रमाणात आहे.

महाराष्ट्रातील भौगोलिक क्षेत्रानुसार आदिवासी जमातींचे वर्गीकरण --

◆ **सातपुडा गट-** यामध्ये प्रामुख्याने भिल्ल, कोरकू इत्यादी आदिवासी जमातींचा समावेश होतो.

◆ **सह्याद्री पर्वत आणि पठारी प्रदेश -** यामध्ये कोळी महादेव, ठाकर, वारली, कातकरी आणि कोकणा इत्यादी या आदिवासी जमाती येतात.

◆ **गोंडवन गट-** या भागांत गोंड, कोलाम, परधान इत्यादी आदिवासी जमाती आढळतात.

महाराष्ट्रात एकूण २९ एकात्मिक 'आदिवासी विकास प्रकल्प कार्यालये' असून त्यापैकी ११ कार्यालये अतिसंवेदनशील म्हणून घोषित करण्यात आली आहेत. त्या अतिसंवेदनशील मध्ये नाशिक, कळवण, तळोदा, जव्हार, डहाणू, धारणी, पांढरकवडा, किनवट, गडचिरोली, अहेरी व भामरागड यांचा समावेश आहे.

तुलना करण्याच्या हेतूने महाराष्ट्र राज्यातील अहमदनगर जिल्ह्यातील 'अकोले' तालुक्याचा पश्चिम पट्टा हा आदिवासी बहुल भाग

घेतला असता, या ठिकाणच्या जमाती डोंगराळ आणि पर्वतराजीच्या कुशीत आपले नैसर्गिक जीवन जगत आहेत. आधुनिक काळाचा विचार करता दळणवळणांच्या साधनांमुळे त्यांच्या नागरी वस्तीशी आणि नागरसमाजाशी संबंध आला. त्यामुळे त्यांची विचारसरणी, राहणीमान, दृष्टीकोनात बदल झाला आहे. परंतु अशा परिस्थितीतही मागच्या पिढीतील अनेकांनी तालुक्याचे गाव पाहिलेले नाही. या आदिवासींमध्ये 'महादेव कोळी' या समाजाची वस्ती सर्वात जास्त आहे. गेली अनेक शतके इथला आदिवासी पूर्णतः आदिम जीवन जगत होता. सद्यस्थितीत आदिवासी जीवन यात पुष्कळ बदल झालेला असला तरी त्यांच्या समस्या नागरी समस्यांपेक्षा कितीतरी भयानक आहेत. पावसाळ्यात त्यांना अनेक आर्थिक, सामाजिक समस्या जाणवतात. प्रवरा नदीच्या खोऱ्यातील आदिवासींपेक्षा मुळा खोऱ्यातील आदिवासी अधिक समस्याग्रस्त आहेत. सरकारी योजना व मिळणाऱ्या अनुदानामुळे त्यांना अन्न - वस्त्र - निवारा या मूलभूत सुविधा, औषधोपचार, मुलांचे शिक्षण इ. सुविधा मिळू लागल्या आहेत, त्यामुळे पूर्वीपेक्षा जीवनस्तर निश्चितच उंचावला आहे. पण ज्या कुटुंबात अजुनही कोणी शिकलेले नाही, त्यांच्या जीवनमानात फारसा फरक नाही. ही तुलना फक्त एकाच प्रदेशातील आदिवासींची केलेली आहे. असे व्यापक संशोधन संपूर्ण महाराष्ट्रभर केले तर आदिवासी समाज अजूनही हलाखीच्या परिस्थितीत आहे, हे सिद्ध होते.

○○○

३७

## ४

# कोळी महादेव जमातीचा सामाजिक इतिहास :

'कोळी महादेव' आदिवासी समाज हे प्रामुख्याने डोंगराळ, अतिदुर्गम भागात, निसर्गाच्या सानिध्यात, पर्यावरणसंवर्धक, रानावनात जंगलात राहणारे असून, मुख्यतः सह्याद्रीच्या पर्वत रांगेत वास्तव्य करतात. ह्या आदिवासी समाजाचा विचार करता नैसर्गिक वातावरण, निसर्गातील विविध साधनांच्या आधारावर पर्यावरणाला कोणतीही हानी

पोहोचवू न देता 'कोळी महादेव' या आदिवासी समाजाचे दैनंदिन जीवन आधारेले आहे. हा समाज धाडसी, काटक, कष्टकरी व आजच्या आधुनिक काळातही एकत्र कुटुंबपद्धतीवर विश्वास असणारा समाज आहे. साधी राहणी, कुठलीही हाव नसणारा, विशेषतः धनलोभाचा गंध नसलेला, बाह्य जगातील मतलबी वातावरणाचा स्पर्श होऊनही मनाने समाधानी असणारा व सर्वात महत्वाचे म्हाजे निसर्ग संस्कृतीवर नितांत प्रेम व श्रद्धा वाहणारा असा हा आदिवासी समाज आहे. कोणताही

*'डॉ.गोविंद गारे' यांचे 'सह्याद्रीतील आदिवासी: महादेव कोळी' हा ग्रंथ साधन ग्रंथ आहे. हा ग्रंथ म्हणजे प्रस्तुत आदिवासी समाजाचा धर्मग्रंथच ठरावा इतके या ग्रंथास अनन्यसाधारण समाजपयोगी असलेले महत्तम स्थान आहे. डॉ.गोविंद गारे यांनी प्रतिकूल अवस्थेतून जीवनप्रवास यशस्वी केला. त्यांची ग्रंथसंपदा केवळ कोळी महादेव समाज नव्हे... तर भारतातील सर्वच आदिवासी समाज व संस्कृतीचे अंतरंग स्पष्ट करणारी आहे.*

आदिवासी समाज हा सामाजिक इतिहासाशिवाय मार्गक्रमण करु शकत नाही, यास 'कोळी महादेव' ही आदिवासी जमातही अपवाद नाही. 'डॉ.जी.एस.घुर्ये' यांनी कोळी महादेव जमातीची पाहणी करुन म्हणजेच सामाजिक इतिहासाचा विस्तृत अभ्यास करुन 'महादेव कोळी : ए शेड्युल्ड ट्राईब' हे पुस्तक लिहिले आहे. तसेच प्रस्तुत आदिवासी जमातीचा सामाजिक इतिहास 'डॉ. गोविंद गारे' यांनी 'सह्याद्रीतील आदिवासी : महादेव कोळी' हा ग्रंथ स्वानुभवातून लिहिलेला आहे. त्यांनी लिहिलेला प्रत्येक शब्द हा कोळी महादेव समाजासाठी प्रमाणभूत आहे.

या आदिवासी समाजाच्या सामाजिक इतिहासाची काही वैशिष्ट्ये पुढीलप्रमाणे सांगता येतील –

## ◎ भौगोलिक स्थान :--

'कोळी महादेव' या आदिवासी समाजाच्या भौगोलिक स्थानाचा विचार करता महाराष्ट्रातील अतिप्राचीन जमातीत 'कोळी महादेव' लोकांचा समावेश होतो. सह्याद्रीच्या सातमाळा, बालाघाट, आणि दक्षिणेकडील महादेव डोंगर या पर्वतश्रेणीतील घाटमाथ्यालगतच्या पठारी प्रदेशाला 'कोळवण' म्हणत असत. हा प्रदेश ठाणे, नाशिक, नगर, पुणे आणि रायगड जिल्ह्यांच्या काही भागात पसरलेला असून त्यात कोळी महादेव जमातीची वस्ती मुख्यतः आढळते.

कोळी महादेव लोकांची वस्ती असेलले जिल्हे व तालुके घाटमाथ्यावर परंतु सह्याद्रीच्या लगत आणि घाटमाथ्याला एकमेकांशी जोडलेले आहेत. सह्याद्री पर्वताच्या उभ्या-आडव्या डोंगररांगा या जिल्ह्यामधून गेलेल्या आहेत. पुणे जिल्ह्यात आंबेगांव, जुन्नर, राजगुरुनगर, मावळ, मुळशी या तालुक्यात 'कोळी महादेव' जमातींचे वास्तव्य आहे. हे सर्व तालुके भौगोलिकदृष्ट्या एकमेकांशी जोडलेले आहेत. यामुळे भविष्यात आदिवासीबहुल एखादा स्वतंत्र आदिवासी तालुका भौगोलिक स्थानामुळे पुणे जिल्ह्यात निश्चितच संभवतो अथवा निर्मित होऊ शकतो.

# ◎ कोळी महादेव समाजाची स्वभाव वैशिष्ट्ये :--

कोळी महादेव जमातीतील स्त्री-पुरुषांचे उपजतच काही स्वभावधर्म आहेत. हे लोक निसर्गात स्वच्छंदपणे फिरतील. अनेक हिंस्त्र प्राण्यांशी ते मोठ्या ताकदीने व युक्तीने लढतील. प्रचंड बळाच्या सामर्थ्यावर अनेक अवघड कामे करतील पण बाह्य समाजातील, पोलीसाला अथवा सुटा-बुटातील साहेबांसमोर हा समाज भेदरुन जातो. खडतर परिस्थितीत धाडसीपणा आणि बाह्यसंपर्क येताच स्वभावात येणारा बुजरेपणा हे परस्परविरोधी गुण या जमातीतील स्त्री-पुरुषांत दिसून येतो. 'प्रेमळपणा' हा या जमातीचा विशेष गुणधर्म आहे. आपल्यावर होणाऱ्या शोषणाविरुद्ध या जमातीने जे लढे दिले आहेत. त्यावरुन अन्यायाविरुद्ध लढण्याची वृत्ती ही त्यांच्यात उपजतच दिसून येते.

एखादी अनोळखी व्यक्तीही या समाजाशी समरस झाली तर तिच्यावर प्रचंड प्रेमाचा वर्षाव करण्यात व आपुलकी दाखविण्यात कोळी महादेव या आदिवासी जमातीचा स्त्री-पुरुष कचरत नाही. आपल्यातील प्रेमळपणाचा बेछूट वर्षाव त्यांच्याकडून सदैव होतो. शौर्य, कष्टाळूवृत्ती, प्रामाणिकपणा, स्वार्थ त्याग, मदतीसाठी सदैव तत्पर हे स्वभावधर्म 'कोळी महादेव' समाजात प्रामुख्याने दिसून येतात. कधीकधी या सर्व गोष्टींचा गैरफायदा इतरेजणांनी घेतलेला आहे. तरीही आपला प्रेमळ, आपुलकी भाव हा स्वभाव या जमातीने कधीही बदललेला नाही

४१

## ◎ मावळी बोली :--

मावळी बोली अथवा डांगाणी ही कोळी महादेव या आदिवासी जमातीची बोली असून भीमाशंकर ते त्र्यंबकेश्वर या पट्ट्यात बोलली जाते. ही बोलीभाषा मराठी भाषेची बोली असून ती मराठी भाषेला खूपच जवळची आहे. महाराष्ट्राच्या दुर्गम भागामध्ये ज्या विविध बोली बोलल्या जातात त्यापैकीच 'कोळी महादेव' या आदिवासी जमातीत बोलली जाणारी 'मावळी बोली' ही एक बोली आहे. ही बोलीभाषा मराठी भाषेची बोली असून ती मराठी भाषेला खूपच जवळची आहे.

पुणे जिल्ह्यातील जुन्नर, राजगुरुनगर व मावळ तालुक्याचा पश्चिम भाग व आंबेगाव तालुक्याच्या पश्चिम भागात जी ५६ आदिवासी गावे आहेत, त्या प्रदेशाला 'मावळ' असे म्हणतात. म्हणूनच या भागात राहणारे हे लोक जी बोलीभाषा बोलतात तिला 'मावळी बोली' असे म्हणतात. आंबेगाव तालुक्यातील प्रस्तुत आदिवासी जमातीचे मानवी जीवन आणि त्यांचे मौखिक वाङ्ःमय, भाषिक आविष्कार, त्यांचे लोकसंगीत, त्यांची संस्कृती यांचा अर्थपूर्ण असा अनुबंध मावळी बोलीबाबत आहे. 'कोळी महादेव' समाजाची बोली भाषा असलेल्या मावळी बोलीचे मूळ स्वरुप आज नामशेष होत चालले आहे. या बोली भाषेत अनेक प्राकृत शब्दांची सरमिसळ झालेली दिसते. बोलताना लोक हेल काढून बोलतात. त्यामुळे 'मावळी बोली' लगेचच ओळखू येते. ही बोली भाषा मराठी भाषेला अत्यंत जवळची असली तरी एका अर्थाने मावळी बोली मराठीपेक्षा स्वतंत्र व सार्वभौम वाटते, ते तिच्या शब्दसंग्रह व वाक्यसंग्रह यावरुन होय. मावळी बोलीचा शब्दसंग्रह निश्चितच प्रमाण

मराठीपेक्षा वेगळा आहे. तरीही 'मावळी' बोली ही मराठीची स्थानिक बोलीभाषा आहे, हे मान्य करावे लागते.

## ◎ परंपरेला प्राधान्य :--

कोणत्याही आदिवासी जमातीत परंपरा, रितीरिवाज, प्रथा यांना अनन्यसाधारण महत्त्व असते. कोळी महादेव जमातीत परंपरेला फार महत्त्वाचे स्थान आहे. म्हणूनच लोकगीते, लोककथा, म्हणी, उखाणे, सण, खेळ, यात्रा या बाबी या समाजात टिकून आहेत. ढोलनाट्य, शिमगा नाच, पोवाडा, गुराखी गीते, धार्मिक विधी, औषधोपचार हे सर्व आजही टिकून आहे. यामूळेच बाह्य जगाचा एवढा संपर्क होऊनही कोळी महादेव जमातीने आपली लोकसंस्कृती संपूर्णपणे बदलाच्या स्वाधीन केलेली नाही. बदल काही अंशी होत आहे; व यापपुढेही होणार, पण अजूनही कोळी महादेव जमातीची आदिम परंपरा टिकून आहे, शाबूत आहे. यामागचे कारण महादेव कोळी जमातीत परंपरांना असलेले महत्वपूर्ण स्थान हे आहे.

## ◎ गोतसाखळी वा गोतेभाऊ :--

कोळी महादेव हे सामाजिक, सांस्कृतिक व वांशिकदृष्ट्या इतर जमातीपेक्षा वेगळे आहेत. त्यांच्यात व कोळी सदृश्य इतर जातींत

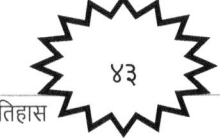

बेटीव्यवहार वा लग्न होत नाहीत. या जमातीचे व्यवसायभिन्नता असून कोळी महादेव जमातीचे भौगोलिक क्षेत्र पूर्णतः स्वतंत्र आहे. कोळी महादेव समाजात गोतेभाऊ असतात. त्यांच्यामध्ये बेटी व्यवहार केला जात नाही ते त्यास 'भावकी' समजतात. समान कुळी किंवा समान आडनाव असणाऱ्या व्यक्तींचा गट अशा गटात कोळी महादेव स्त्री - पुरुषांचा विवाह होत नाही ती 'भावकी' म्हणून ओळखली जाते. उदा. कोळी महादेव जमातीतील 'भवारी' आडनाव असेल तर त्यांची भांगरे, पोटे, गेंगजे, दांगट, असवले, बोकड, गोडे, मडके, शिंगाडे, भुरकुंडे या आडनावांशी भावकी असते.

भावकीत अथवा एकाच आडनावाची मावसबहीण, आतेबहीणीशी लग्न करत नाहीत, ते निषिद्ध आहे, परंतु मामाची मुलगी किंवा इतर कुळातील मुलीशी लग्न केले जाते. 'गोतसाखळी' वा 'गोतेभाऊ' ही संकल्पना शास्त्रीयदृष्ट्या सुद्धा योग्य, आधारमूलक आहे.

## ◉ विवाहविधी :--

कोळी महादेव जमातीत विवाह हा एक महत्त्वपूर्ण सोहळा म्हणून गणला जातो. पूर्वी या जमातीतील विवाह 'पाच दिवस' चालत असे. त्यास पाचव्या मांडी हळद आली असे म्हणतात. विवाहाचे पाच मुख्य दिवस जरी असले तरी मागणे घालणे, देज पद्धत, साखरपुडा, बस्ता हेही विवाह सभारंभाच्या अगोदरचे विवाहास धरुन असलेले महत्त्वपूर्ण कार्यक्रम या जमातीत आहेत. त्यांची प्रथेप्रमाणे समाविष्टीकरण करत

विवाहाच्या बाबतीतील पूर्वबाबी 'कोळी महादेव' ही आदिवासी जमात पालन करते आहे.

- ❁ पहिला दिवस -- हळदी चा कार्यक्रम
- ❁ दुसरा दिवस -- मांडव -डहाळे
- ❁ तिसरा दिवस -- मुख्य विवाह दिवस
- ❁ चौथा दिवस -- व्याही भेट व 'धेडगा' नाचविणे
- ❁ पाचवा दिवस -- बाशिंग सोड दिवस

विवाहदिनी आहेर-मानपान, देवाक धरणे, चूच, विवाहाच्या वेळची गाणी, उंडे करणे हेही कोळी महादेव जमातीच्या विवाहविधीतील महत्त्वूर्ण भाग आहेत. त्यामुळे पाच दिवसाचा हा सोहळा आज एक दिवसावर येऊन ठेपला असला तरी विवाहाचे हे सर्व घटक आजही कोळी महादेव जमातीच्या लग्न सभारंभात आर्वजून केले जातात वा दिसून येतात.

> चूच करणे : नाभिकाकडून चेहऱ्यावरचे दोन्ही कल्ले व कपाळावरचे केस काढणे त्यास कोळी महादेव जमातीत 'चूच करणे' असे म्हणतात. मांडव-डहाळ्यांनी मांडव घातल्यानंतर त्या मांडवाखाली नाभिक व्यक्ती नवरदेवाची चूच करतो त्याचे केस नवरदेवाच्या बहिणी आपल्या पदरात झेलतात.

४५

## ◉ मृत्यू विधी :--

मृत्यूविधीच्या बाबत कोळी महादेव जमातीत पुरण्याची थोडक्यात दफन विधी करण्याची पारंपारिक प्रथा आहे. काही विशिष्ट प्रसंगी दहन अथवा जाळले जाते. गोडेतेलाचा दिवा लावणे, तिरडी बांधणे, अंघोळ घालणे इत्यादी सर्व संस्कार केले जातात. इतर आदिवासी जमातींप्रमाणेच निसर्गातील बाबींना या कोळी महादेव मृत्यूविधीत अनन्यसाधारण महत्त्व आहे. 'कॅप्टन मॅकिन्टोश' यांनी १८३६ साली आपल्या नोंदीत कोळी महादेव जमातीत प्रेत पुरण्याची प्रथा या आदिवासी जमातीत आहे अशी नोंद केलेली आहे

## ◉ पाच अंकास असलेले महत्त्व :-

'कोळी महादेव' या आदिवासी जमातीत पाच अंकास विशेष महत्त्व आहे. पाचपावली, पाचवी, पाचव्या मांडी हळद यात पाच अंकाचा समावेश आहे. या आदिवासी जमातीत लग्न सोहळा हा पाच दिवसाचा असतो. गोतरानी पद्धतीत असलेली पंचमंडळी पाचच असतात. धार्मिक प्रसंगी पाच पानेच ठेवूनच पूजन होते.

०००

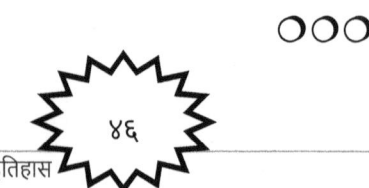

## ५

# कोळी महादेव जमातीचा भारतीय स्वातंत्र्यलढा आणि सहभाग :

'आदिवासींचा इतिहास' हा मूळात त्यांच्यावर कपटाने आक्रमण करणाऱ्या व अन्याय-अत्याचार करणाऱ्यांच्या विरोधातील प्रतिकाराचा इतिहास आहे. महाराष्ट्रामध्ये 'कोळी महादेव' जमातीचा व भिल्लांचा पहिला उठाव इ.स. १८१८ मध्ये नांदगाव(नाशिक) जवळ 'मांडवद' येथे झाला. या उठावाचे नेतृत्व अहमदनगर जिल्ह्यातील कोळी महादेव

जमातीच्या 'रामजी भांगरा'(भांगरे) व 'रामा किरवा' यांनी केले. त्यांचे पडसाद पुणे, नाशिक परिसरातही पोहोचले. याचा दृश्य परिणाम हाच झाला की, कोळी महादेव वा इतर आदिवासी जमातीचे लोक संघटित झाले. त्यांच्यात ऐक्याची मुहूर्तमेढ रोवली गेली. इ.स. १८३० मध्ये 'जुन्नर' येथे कोळी महादेव जमातींचा इतिहास प्रसिद्ध असा दुसरा उठाव झाला. या उठावात भाऊ खरे, चिमाजी दरबारे आणि अप्पा जाधव यांनी आदिवासींच्या उठावाचे नेतृत्व केले. त्यात कोळी महादेव जमातीचे ५४ आदिवासी वीर हुतात्मा झाले.

इ.स. १८२९-३० उठावाचे नेतृत्व 'रामा किरवा' यांनी केले. जुलै १८३० मध्ये आदिवासी भिल्ल जमातीचे क्रांतिकारकही त्यांना येऊन मिळाले. क्रांतिजननायक 'रामा किरवा' व ८० क्रांतिकारक यांना पकडून अहमदनगरच्या तुरुंगात ठेवण्यात आले. यातील काही क्रांतिकारकांना नंतर पुणे व ठाणे येथील तुरुंगात पाठवण्यात आले. रामा किरवा व बाकीच्या क्रांतिकारकांना याच अहमदनगरच्या तुरुंगात फाशी देण्यात आली. भारतीय स्वातंत्र्यासाठी कार्य केलेल्या स्वातंत्र्यसैनिकांचे अहमदनगरचे कारागृह स्मारकाच्या रूपाने दिमाखात उभे आहे. कारागृहात पंडित नेहरू, सरदार वल्लभभाई पटेल, मौलाना अबुल कलाम आजाद, डॉ. पी.सी. घोष इत्यादीना ज्या तुरुंगात ठेवले होते, ती जागा स्मारकाच्या रूपाने जतन करून ठेवलेली आहे, परंतु फाशी दिलेली आपल्या आदिवासी वीरांची जागा आजही दुर्लक्षित आहे, पडझड अवस्थेत आहे.

महाराष्ट्रामध्ये अहमदनगर जिल्ह्यातील आद्य क्रांतिकारक राघोजी भांगरा(भांगरे) यांचा इंग्रजाविरुद्ध उठाव इ.स. १८४० ते १८४८

पर्यंत सुरु होता. त्यांना २ मे १८४८ साली ठाण्याच्या मध्यवर्ती कारागृहात फाशी देण्यात आली. आजही त्याठिकाणी या महान क्रांतिनायकाचा क्रांतिस्तंभ शौर्याची प्रचिती देत दिमाखात उभा आहे. इंग्रज व सावकारशाहीविरुद्ध उठावाचे निशाण फडकवणारे 'पुणे' जिल्ह्यातील क्रांतिनायक वीर होनाजी केंगले यांचा उठाव इ.स. १८७४ ते १८७६ पर्यंत सुरु होता. त्यावेळचा पुण्याचा पोलीसप्रमुख 'डॅनियल' याने त्यांना जुलै १८७६ मध्ये पकडले व पुढे त्यांना खडतर अशा काळ्या पाण्याच्या शिक्षेवर पाठवण्यात आले व पुढील काळ त्यांना काळ्या पाण्याची शिक्षा भोगत हौताम्य पत्करावे लागले. इ.स. १९३९ मध्ये पुणे जिल्हयातील सावकारशाहीविरुद्धचे म्हणजेच पर्यायाने ब्रिटिश सरकारविरुद्धच्या उठावाचे नेतृत्व कोंड्या(कोंडाजी) नवले यांनी केलेले दिसून येते. इ.स. १८४१ ते १८४३ या काळातील भीमाशंकर परिसरातील क्रांतिनायक सत्तू मराडी(मराडे) यांचा उठाव सर्वश्रुत आहे.

अशा प्रकारे भारतीय स्वातंत्र्यासाठीचे प्रेरकस्थान बनलेल्या या क्रांतिनायक-जननायकांचा आधुनिक इतिहासाला, तथाकथित भारतीय इतिहासकारांना विसर पडला. त्यावरील दूर्देव असे की या क्रांतिजननायकांचे उठाव ब्रिटिश दप्तरी केवळ बंड, दरोडे या सदरात हिणवले गेले, या त्यांच्या घडामोडीना उठावाचे योग्य परिमाण लावण्याचे धाडसी ऐतिहासिक लिखाण तथाकथित इतिहासकारांनी केले नाही. इतिहासामागचा इतिहास जाणून घेण्याचे इतिहासाचे प्रधान तत्व या क्रांतीजननायकाच्या बाबतीत डावलले गेले. 'कोळी महादेव' समाजाच्या काही क्रांतीनायकांच्या आढावा घेत या भारतीय स्वातंत्र्यलढयाचा सहभाग इतिहास पुढीलप्रमाणे सांगता येईल. –

## ➲ १) राघोजी भांगरे :--

शोण नदीच्या किनाऱ्यावर वसलेल्या महाकाळ डोंगर रांगेतील चोमदेव डोंगराच्या पश्चिमेकडील अकोले तालुक्यातील 'देवगाव' या

आद्यक्रांतीकारक राघोजी भांगरे

गावी ८ नोव्हेंबर १८०५ रोजी रमाबाई व रामजी या माता-पित्यांच्या पोटी 'राघोजी भांगरे' यांचा जन्म झाला. इ.स. १८३८ मध्ये 'रतनगड' व 'सनगर' किल्ल्याच्या परिसरात राघोजी भांगरे यांचा उठाव झाला. या उठावाचे स्वरुप व्यापक होते. 'कॅप्टन मॅकिन्टोश' या ब्रिटिश अधिकाऱ्यास राघोजींच्या उठावाचे पारिपत्य करण्यासाठी नेमले होते. 'राघोजी भांगरे' यांच्या ऐतिहासिक लढ्याचा केंद्रबिंदू म्हणजे 'बाडगीची माची' होय. राघोजींच्या समवेत अनेक आदिवासी वीरांच्या संघर्षाची साक्ष देणारी ही जागा 'अकोले' व 'इगतपुरी' तालुक्याच्या सीमेवर आहे. इंग्रज व सावकार यांचा बिमोड करण्याचे नियोजन येथूनच केले जात होते. ठाणे गॅझेटियरच्या जुन्या आवृत्तीत राघोजींच्या उठावाचा स्पष्ट उल्लेख आहे. तो असा ***"ऑक्टोबर १८४३ मध्ये राघोजी मोठी टोळी घेऊन घाटावरून खाली उतरला आणि बंड वाढत गेले "***

पुढे जुन्नरच्या उठावात मोठ्या प्रमाणात साथीदार गमावल्याने राघोजी दु:खी झाले, भूमिगत राहून काम करण्याचा निर्णय घेतला. 'राया ठाकर' व 'देवजी आव्हाड' यांच्या सोबत त्यांनी गोसाव्याचे रूप धारण केले. मावळ प्रांतात गावोगावी फिरून लोकांना जागृत करण्याचे काम ते करू लागले. राघोजींना जेरबंद करण्यासाठी इंग्रजांनी दहा हजार रुपये व गाव इनाम देण्याची धडक घोषणा केली होती. महानायक राघोजी फिरता फिरता पंढरपुरला पोहचले. त्यावेळी गिलची नेमणूक तिथेच होती. निरोप मिळताच 'कॅप्टन गिल' शेकडो पोलिसांना घेऊन हजर झाला. राघोजी निशस्त्र असल्याने पोलिसांच्या जाळ्यात अडकले गेले. साखळदंडात कैद करून सशस्त्र पोलीस बंदोबस्तात त्यांना

ठाण्याच्या कारागृहात आणण्यात आले. त्याच्यावर खटला भरण्यात आला. राघोजी भांगरे यांच्या कोणत्याही मताचा विचार न करता एकतर्फी निकाल घोषित करण्यात आला. साताराच्या छत्रपतींनी व जव्हारच्या राजांनी वकिल देण्याचा प्रयत्न केला पण इंग्रजांनी तो हाणून पाडला. राघोजींच्या विरोधात अनेक जुलमी सावकार एकत्र आले. त्यांनी राघोजींचा विरोधात पुरावे दिले. इ.स. २ मे १८४८ रोजी ठाणे येथील कारागृहात राघोजींना फाशी देण्यात आली.

## ⊃ २) होनाजी केंगले-

इ.स. १८७४ मध्ये पुणे जिल्ह्यातील आंबेगांव तालुक्यातील 'जांभोरी' गावचे 'होनाजी केंगले' यांचा सावकारशाहीविरुद्धचा लढा इतिहासात सर्वश्रुत आहे. त्यांच्या उठावाचा परिसर प्रामुख्याने भीमाशंकर घाट, आहुपे घाट हा असला तरी उठावाचे लोण आंबेगांव तालुक्याबरोबरच जुन्नर, राजगुरुनगर तसेच रायगड जिल्ह्यातील कर्जत तालुक्यापर्यंत पोहोचले होते. क्रांतिकारक 'वासुदेव बळवंत फडके' यांच्या समकालीन असलेल्या होनाजी केंगले यांचा उठाव भारताचे आधुनिक इतिहासकार व इतिहासतज्ज्ञ सोयीस्कररित्या विसरले, यासारखी खेदाची बाब दुसरी कोणतीही नाही. ब्रिटिश काळात गरीब कोळी महादेव व इतर आदिवासींना शेतीवरील कर रोख स्वरुपात भरणे शक्य नसल्याने शेतीची मालकी ब्रिटिशांनी सावकारांकडे दिली. यातूनच होनाजी केंगले यांचा संघर्ष उभा राहिला.

इ.स. १८७४ मध्ये सावकारशाहीविरुद्ध वा ब्रिटिशांविरुद्ध होनाजींनी लढा उभारला. त्यावेळचे आंबेगांवचे 'हतीचंद' व 'रुपचंद' या आदिवासींवर अन्याय करणाऱ्या सावकारांची व त्याच्या बरोबरीच्या इतर सावकारांची नाके कापणे, सावकारांची मालकी झालेल्या शेतीच्या मालकीची कागदपत्रे जाळणे हा अभूतपूर्व उठाव नोंद घेण्यासारखा आहे. ब्रिटिश गॅझेटियरचा विचार करता होनाजी केंगले यांच्या उठावाची संख्या तब्बल २१ इतकी आहे. त्यांना पकडण्यासाठी ब्रिटिश अधिकारी 'कर्नल स्कॉट' व 'डब्ल्यू. एफ. सिंक्लेअर' यांची नियुक्ती केलेली होती. 'सिंक्लेअर' या अधिकाऱ्यानेच मोहिमेचा अहवालपत्रात लिहिलेल्या काही ओळी होनाजी केंगलेंच्या पराक्रमाची साक्ष देतात. त्या ओळी पुढीलप्रमाणे --

***"महादेव कोळ्यांची ही बंडे आपल्या दिवाणी न्यायालयाविरुद्धची असून होन्या नाईक हा या जमातीचा वीरपुरुष आणि तारणहार आहे. बंडखोर व दरोडेखोरांची कोणतीही गरज स्थानिक लोक लगेच भागवतात. या तथाकथित बंडात अधिकाऱ्याना कोणत्याही प्रकारची माहिती मिळत नाही."***

होनाजी केंगले यांच्याबाबत एका इंग्रज अधिकाऱ्याने ***"होन्या इज द केयर डी लिऑ विथ नो सलादिन टु अपोज हीम"*** असे लिहून ठेवले आहे. केयर डी लिऑ म्हणजेच सिंहहृदयी होय. युरोपीय धर्मयुद्धात [European Crusades] 'रिचर्ड' आणि 'सलादिन' हे दोन योद्धे आपापसात लढले. युरोपच्या इतिहासाचा आढावा घेतला असता 'रिचर्ड' या योद्धास 'लायन हार्टेड' म्हणजेच 'सिंहहृदयी' म्हटले जाते. त्या सिंहहृदयी रिचर्ड राजाशी 'होनाजी केंगले' यांची तुलना तथाकथित इंग्रज अधिकाऱ्याने केली आहे, हे गौरवास्पद आहे तितकेच, होनाजी केंगले यांना दिलेली मानाची ब्रिटिश सलामी आहे.

## ➲ ३) कोंडाजी नवले :--

क्रांतिवीर कोंडाजी नवले बंडकरी 'कोंडाजी नवले' म्हणून इतिहासात प्रसिद्ध आहे. त्यांचे जन्मगाव पुणे जिल्ह्यातील शिवजन्मभूमी जुन्नर जवळील 'उच्छिल' हे गाव असून त्यांनी ब्रिटिश काळात मुजोर व अन्याय-अत्याचार करणाऱ्या सावकारांना नेस्तनाबूत करून त्यांचे नाक, कान कापून त्यांच्या मनात मोठी दहशत, भीती निर्माण केली होती. त्याबरोबर इंग्रजांना देखील त्यांनी सळो की पळो करून सोडले होते. ते गोरगरीब लोकांच्या न्यायहक्कासाठी लढले. दुर्दैवाने क्रांतीजननायक असलेले 'कोंडाजी नवले' बंडकरी म्हणून इतिहासात नोंदले गेले. त्यांनी केलेले बंड नसून तो एक रोमहर्षक उठाव होता, हे इतिहासाच्या पानातून ज्यावेळी बदलले जाईल त्यावेळी तो खरा इतिहास असेल.

आजही आदिवासी स्त्रिया त्यांच्या गीतामधून कोंडाजी नवले यांच्या कार्याची महिति गात असतात.

## ➲ ४) सत्तू मराडे :--

स्वातंत्र्यपूर्व काळ ते स्वातंत्र्योत्तर काळ अशया दोन्ही काळात आपला ठसा उमटवणारे सत्तू मराडे ओळखले जातात. पुणे जिल्ह्यातील सध्याच्या राजगुरुनगर तालुक्यातील 'भामाळ' व 'भोरगिरी' या सह्याद्रीच्या डोंगराच्या सीमेवर 'पाब' या गावी 'सत्तू मराडे' वा 'सत्तू

मराडी 'चा जन्म १८८५ साली झाला. त्यांचाही उठाव ब्रिटिश सत्ताधार्जीण सावकारशाहीच्या विरोधातच होता. एक काळ सह्याद्रीच्या खोऱ्यात गाजलेला सर्वात मोठा उठाव म्हणजे 'सत्तू मराडे' यांचा उठाव होता. इतिहासातील त्यांचे क्रांतीमहती पान डावलले गेले. त्यांना तुरुंगवासाची शिक्षा झाली, १५ ऑगस्ट १९४७ ला आपला भारत देश देश स्वतंत्र झाल्यानंतर या क्रांतीवीराला तुरुंगातून सन्मानाने सोडण्यास हवे होते, परंतु त्यांची सुटका पुण्याच्या येरवडा तुरुंगातून १९५० साली झाली. ही शोकांतिका म्हणावी अशीच बाब आहे. वयाच्या ११६ वर्षी इ.स. १९९६ साली सत्तू मराडे यांचा मृत्यू झाला.

## ➲ ५) बापूजी भांगरे :--

क्रांतीजननायक 'बापूजी भांगरे' हे आद्यक्रांतिकारक राघोजी भांगरे यांचे धाकटे बंधू होते. ब्रिटिश सरकारला आव्हान देणारा त्यांचा उठाव प्रसिद्ध आहे. त्यांनी महाराष्ट्रातील पुणे, अहमदनगर आणि नाशिक जिल्ह्यात इंग्रज सरकारचा जोरदार पाडाव केला होता. जेव्हा राघोजी भांगरे यांना ब्रिटिश सैन्याने पकडले तेव्हा त्यांचे वय केवळ २६ वर्ष इतके होते. बापूजी जव्हार संस्थानात लहानाचे मोठे झाले. 'बापूजी भांगरे' यांना १८ ऑगस्ट १८४५ रोजी कॅप्टन लिडेलने पकडले आणि अहमदनगरच्या मध्यवर्ती कारागृहात पाठवले. नोव्हेंबरमध्ये, त्यांच्यावर कोषागाराचा खटला चालवला गेला आणि शेवटी आपल्या जुलूमाचा परिचय देत ब्रिटिशांनी त्यांना फाशी दिली.

OOO

## ६

# कोळी महादेव जमातीचा राजकीय इतिहास :

'जव्हार' येथील मुकणे शासकराजे हे कोळी महादेव जमातींचे व सुरगणा येथील 'कोकणा' आदिवासी जमातींचे शासकराजे होते. हेच ते इतिहासाला परीचित असलेले 'जव्हार संस्थान' होय. हा कोळी महादेव

जमातींसाठीचा रोमहर्षक इतिहास आहे. मुकणे महाराज हे कोळी महादेव जमातीचे होते. छत्रपती शिवाजी महाराजांच्या सुरत मोहिमेच्या वेळी जव्हार संस्थानांचे अधिपती व स्वराज्यसंस्थापक छत्रपती शिवाजी महाराज यांचा परस्परसंबंध आलेला होता. हा इतिहासातील दुग्धशर्करायोगच म्हणावा असा आहे.

जव्हारच्या राजघराण्याचा मूळ पुरुष म्हणून 'जयाबा' उर्फ 'देवराम मुकणे' ओळखले जातात. त्यांनीच कोळी महादेव जमातीचे राज्य इ.स. १३०६ मध्ये जव्हारला निर्माण केले. हे संस्थान त्यांनी नाथपंथी साधू 'सदानंद महाराज' यांच्या आशीर्वादाने निर्मित केल्याचा इतिहास आहे. इ.स. १३४२ मध्ये मुबारक खिलजी या दिल्लीच्या गादीवरील खिलजी घराण्याच्या सुलतानाने जयाबाला व त्यांच्या मुलास म्हणजे धुळबाराव मुकणे महाराज यांना राजा म्हणून मान्यता दिली व त्यांचे उत्तर कोकणावरील आधिपत्य मान्य केले. जव्हारच्या राज्यात जवळ-जवळ एकूण बावीस किल्ले होते. तत्कालीन इतिहासाचा साम्राज्यस्पर्धा लक्षात घेता जव्हार संस्थानला दक्षिणेकडील प्रबळ विजयनगरचे साम्राज्य अथवा गोवळकोंड्यााचा बहामनी राजा यांचे सार्वभौम मान्य करावे लागे. पुढे गोवळकोंडा व बिदर येथील साम्राज्य सत्तास्पर्धेत मागे पडल्याने मोगल बादशहाच्या अंकित हा दक्षिणेकडील प्रदेश आला व साहजिकच मोगल बादशहाशी जव्हार संस्थानचा संघर्ष सुरु झाला.

आधुनिक भारताच्या इतिहासात पाश्चात्य परकीयांचे झालेले आगमन जव्हार संस्थानांसाठी विशेषतः पोर्तुगीज आगमन धोक्याचे ठरले. इ.स. १५६९ मध्ये जव्हार संस्थान व पोर्तुगीज यांच्यात तीव्र संघर्ष झाला. सतराव्या शतकात महाराष्ट्राच्या इतिहासात निर्मित झालेले छत्रपती शिवाजी महाराजांचे 'स्वराज्य' जव्हार संस्थानासाठी महत्वाचे होते. जव्हार संस्थानाने शिवरायांच्या स्वराज्याला सर्वतोपरी मदत केल्याचा इतिहास आहे.

## प्रेरणादायी प्राणाहुतीचे उदाहरण
## •शिवजन्मस्थळसमीप कोळी महादेव चबुतरा •

आपल्या विविधतेने नटलेल्या भारत देशाच्या महाराष्ट्र भूमीवर पुणे जिल्ह्यातील जुन्नर मधील शिवजन्मभूमी शिवनेरी किल्ल्यावरील कोळी महादेव आदिवासी जमातीचा प्रेरक इतिहासाचा साक्षीदार असलेला 'कोळी महादेव चबुतरा' किंवा 'कोळी महादेव चौथरा' आजही स्मारकाच्या रूपाने इतिहासाची साक्ष देतो आहे 'खेमा नाईका'च्या नेतृत्वात 'कोळी महादेव' आदिवासी वीर छत्रपती शिवाजी महाराजांच्या स्वराज्याच्या हाकेने प्रेरित झालेले दिल्लीच्या मुघल सत्तेविरुद्ध लढण्यासाठी सिद्ध झाले.

दख्खन प्रांत घेण्यासाठी औरंगजेब लाखोंचे सैन्य घेऊन आला होता. त्याने एका मुघल सरदारास हजारोंची फौज देऊन ह्या आदिवासी जमातींचा उठाव मोडून काढण्यास फर्मावले. एवढ्या प्रचंड फौजेपुढे आदिवासी वीर तथाकथित, मावळे तग धरू शकले नाहीत, कित्येक मारले गेले आणि दुर्दैवाने खेमा नाईकासमवेत दीड हजार बंदी बनविण्यात आले. सगळ्या दीड हजार बंदी केलेल्यांची शीरे क्रौर्याचा कळस गाठत कापली गेली. त्या शिरांच्या ढीगावरच एक चबुतरा बांधण्यात आला. हाच तो कोळी चौथरा जो आजही शिवनेरीवर पाहायला मिळतो. इतिहासाच्या कुठल्याच नोंदीत त्या आदिवासी वीरांची नावे आज इतिहासाला माहीत नाहीत. नाईकाचे खरे नाव, गाव आदी काहीच उपलब्ध नाही. खेमा वा खेमू नाईक असा त्या वीराचा उल्लेख फक्त काही ठिकाणी आढळतो. म्हणायला हा प्रादेशिक इतिहासाचा भाग आहे.

परंतु असे अपवादानेच आढळते, एक आदिवासी जमात प्राणाची बाजी लावायला तयार होते व त्यासाठी प्राणाहुती देते. ही घटनाच किती प्रेरणादायी आहे... तेही छत्रपती शिवाजी महाराजांच्या स्वराज्यासाठी !....

ooo

७

# कोळी महादेव जमातीचा सांस्कृतिक इतिहास :

कोणत्याही आदिवासी समाजासारखेच कोळी महादेव जमातीचा सांस्कृतिक इतिहास बहुविध आहे. ज्यावेळी भारताचा, महाराष्ट्राचा सांस्कृतिक इतिहास लिहिला जाईल त्यावेळी कोळी महादेव समाजाचे सांस्कृतिक योगदानही ठळकपणे अधोरेखित केली जाईल.

## ◎ सण :

कोळी महादेव जमातींमध्ये सण हे पूर्णतः पारंपारिक, निसर्गसमावेशक पद्धतीने साजरे केले जातात. विशेषतः शिमगा या सणाला फार महत्व आहे यामध्ये होळी, रंगपंचमी, नागपंचमी, बैलपोळा, आखेदी इत्यादी सण हे पारंपारिक व निसर्गावरच आधारित उत्साहाने साजरे करण्याची कोळी महादेव जमातीतील मुख्य परंपरा आहे.

## ꙰ नागपंचमी -

प्रारंभीचा सण म्हणून कोळी महादेव या आदिवासी समाजात नागपंचमी सणाला विशेष महत्व आहे. खरे तर आरंभाच्या दृष्टीने विचार करता सणांची सुरुवात नागपंचमीपासूनच होते. हा सण सरवान (श्रावण) महिन्यात येतो. प्रस्तुत आदिवासी समाज कष्टकरी असल्यामुळे सततची धावपळ व सर्पदंश, विंचूदंश इत्यादी पासून संरक्षण व्हावे म्हणून नागाची पूजा करतात तसेच पिकाचे नुकसान होऊ नये उंदीर, घुस हे सापाचे खाद्य असल्यामुळे पिकांचे एक प्रकारे रक्षण होते. म्हणून साप हा कोळी महादेव जमातीचा व तमाम शेतकरी बांधवांचा खराखुरा मित्र आहे, ही जाण प्रस्तुत जमातीकडून ठेवण्यात आली आहे.

कोळी महादेव जमात ही मुख्यतः कृषक असल्याने नागपंचमीला अधिक महत्व आहे. नागपंचमीच्या दिवशी कोळी महादेव स्त्रिया उपवास धरतात. वारुळाच्या ठिकाणी जाऊन पूजन केले जाते.

६१

दूध ठेवले जाते. त्यांचे दर्शन घेतले जाते. नागपंचमीला कोळी महादेव आदिवासी जमातीच्या घरोघरी वरईच्या पीठाचे लाडू केले जातात.

## ➲ बैलपोळा : --

कोळी महादेव समाजाच्या आदिवासी भागात काही ठिकाणी पूर्वेकडील भागात श्रावणी पोळा तर पश्चिम भागात भाद्रपद पोळा साजरा केला जातो. कोळी महादेव जमात ही मुख्यतः कृषीप्रधान जमात आहे. शेतीत बैलाच्या सहाय्याने शेती केली जात असल्याने त्यास एक दिवस विश्रांती देण्याच्या हेतूने बैलपोळा उत्साहाने साजरा करण्याचा रिवाज आजही शेतीत आधुनिकता आली तरी 'कोळी महादेव' जमातीकडून केला जातो.

## ➲ शिमगा : --

कोळी महादेव समाजात परंपरागत 'होळी' या सणाला 'शिमगा' म्हणण्याचा प्रघात आहे. हा सण इतर आदिवासी जमाती जसा उत्साहाने साजरा करतात त्याप्रमाणे कोळी महादेव या आदिवासी जमातीतही 'शिमगा' सण साजरा केला जातो. 'शिमगा' हा सणात ज्या होळ्या

६२

पेटवल्या जातात त्या दोन प्रकारच्या असतात एक म्हणजे छोटी होळी व दुसरी मोठी होळी म्हणून ओळखली जाते. शिमग्याच्या सणाची चाहूल लागताच कोळी महादेव जमातीच्या गावातील लोक होळीला लागणारी मोठ-मोठी लाकडे बैलांच्या मदतीने आणली जातात. पहिल्या दिवशी 'कोकाट होळी' पेटवली जाते. प्रथम वाड्या-वस्तीचे, गावातील तरुण मुले एकत्र येऊन होळी तयार करुन पेटवतात. त्यानंतर वाड्या-वस्त्यांवरच्या गावातील होळ्या पेटवल्या जातात. तसेच आदिवासी भागात ढाकोबा, वनदेव, बहिरोबा इत्यादी ग्रामदेवतांची देखील होळी पेटवतात. दुस-या दिवशी मोठी होळी पेटवली जाते.

***'कोळी महादेव' या आदिवासी जमातीत होळी पेटविण्यासाठी मोठ-मोठी लाकडे आणली जातात त्यास प्रस्तुत 'आदिवासी' बांधव 'होळकांड आणणे' असे म्हणतात.***

## ➲ वाघबारस : --

'कोळी महादेव' समाजात शेतीबरोबर पशुपालनही केले जाते. या पशुपालनात गाई-गुरे, शेळ्या, बैल, कोंबड्या पाळल्या जातात. या प्राण्यांचे वाघापासून संरक्षण व्हावे म्हणून वाघबारस साजरी केले जाते. 'वाघ्या' किंवा 'वाघदेव' हे 'कोळी महादेव' या आदिवासी जमातीचे पूज्य दैवत आहे. 'कोळी महादेव' समाजाच्या धर्मविषयक कल्पनेत

निसर्गपूजक यादृष्टीने वाघबारसला अनन्यसाधारण महत्व आहे. 'कोळी महादेव' हा आदिवासी समाज मूलतः गायी-गुरे, शेळ्या, बैल, कोंबड्या पाळणारा पशुपालक असल्याने त्यास अनुसरुन 'वाघबारस' हा पारंपारिक सण उत्सवाने साजरा करण्याची या आदिवासी समाजातील परंपरा आहे. वाघासारखा हिंस्त्र पशुने त्रास देऊ नये, गाईगुरांना अभय मिळावे यासाठी 'कोळी महादेव' वाघदेवाला कोंबडे, बकरे कापतात. कुणी दगडाचा तर कुणी कणकीचा वाघ करुन त्यांची पूजा करतात. दुर्गम डोंगराळ व घनदाट अरण्याच्या प्रदेशात वास्तव्यास असल्याने कोळी महादेव जमातीला वाघ हा इतर पशुप्रमाणेच पाळीव व हिंस्त्र या प्रवर्गाचा विचार करता अधिकच प्रियच आहे. वाघ हा आदिवासींचे कुलदैवत कळमजादेवीचे वाहन असल्याने त्यादृष्टीने त्यास पूजणे कोळी महादेव समाज योग्यच मानत आला आहे. यास संदर्भातीलच 'वाघबारस' हा सण मोठया उत्सव प्रियतेने साजरा केला जातो. वाघबारस हा सण कोळी महादेव आदिवासी जमातीचा केवळ सण नसून ती एक अतुलनीय, निसर्गसंमत परंपरा आहे. वाघदेवाची मंदिरे अथवा तीर्थस्थाने कोळी महादेव समाजाच्या गावागावात दिसून येतात. कल्हारचा वाघ्या,

वारघोसीचा वाघ्या, तिरपाडचा वाघ्या, टोल्हार खिंडीचा वाघ्या, शेणितचा वाघ्या, तळमाचीचा वाघ्या, एकलहरेचा वाघ्या, मानेरेचा वाघ्या, मांजरगावचा वाघ्या इत्यादी वाघदेव याची प्रमुख उदाहरणे आहेत. ढाकेच्या वाघोबाची वाघबारसला मोठी जत्रा भरते. वाघबारसचे कोळी महादेव आदिवासी जमातीत प्रामुख्याने दोन प्रकार सर्वात जास्त लोकप्रिय आहेत -

◆ (१) खिरीची वाघबारस

◆ (२) बोंबली किंवा वस्टाची वाघबारस अर्थात मांसाहारी वाघबारस

## ◆ (१) खिरीची वाघबारस :--

आपल्या गाई-गुरांचे, कुटुंबांचे हिंस्त्र विशेषतः वाघापासून संरक्षण होण्यासाठी वाघबारस साजरी करायची अशी श्रद्धा कोळी महादेव जमातीत आहे. या वाघबारसीला प्रत्येक घरुन तांदूळ, गूळ, दूध गोळा केले जाते, वेळप्रसंगी साहित्याऐवजी पैसेही गोळा केले जातात. नारळ, अगरबत्ती, गोडेतेल, शेंदूर हे पूजेचे साहित्य आणून मोठ्या दगडावर 'वाघोबा' करुन जंगलामध्ये एकत्र येऊन निसर्गाच्या साथीने, पर्यावरणाचा कोणताही ऱ्हास न करता पर्यावरणपूरक पूजा केली जाते. पूजा झाल्यानंतर पाण्याच्या ठिकाणी तीन दगड ठेवून, चूल पेटवून, सरपण गोळा करुन जमलेले आप्तजण खीर तयार करुन वाघोबाला नैवेद्य हा भोगाड्याची पाने अथवा पळसाच्या पानावर दाखवला जातो.

हा नैवैद्य म्हणजे तयार केलेली खीर असते. म्हणूनच या वाघबारसला 'खिरीची वाघबारस' असे म्हणतात. दाखविलेला नैवैद्याची पाने सरळ रेषेत ठेवून पानातील खीर पळविण्याचा पारंपारिक खेळ खेळला जातो. हा आदिवासी खेळ संपल्यानंतर खीरीची पंगत बसते.

### ◆ (२) बोंबली किंवा वस्टाची वाघबारस अर्थात मांसाहारी वाघबारस :-

बोंबली किंवा वस्टाची वाघबारस अर्थात मांसाहारी वाघबारस हया वाघबारसीला देवाला कोंबडा कापला जातो. बोंबील बटाटे शिजवून वस्टाची वाघबारस साजरी केली जाते. थोडक्यात मांसाहारी पदार्थ खाऊन ही वाघबारस साजरी केली जाते.

आदिवासी समाज वगळता अशा प्रकारे वाघाला दैवत मानण्याचा कोणताही प्रघात इतर प्रस्थापित समाजात दिसत नाही. पर्यावरणातील प्राण्यांशी जवळीकता साधणारा समाज म्हणून कोळी महादेव आदिवासी समाज ओळखला जात असे, ओळखला जातो व इथून पुढेही ओळखला जाईल.

## ➲ दिवाळी : --

'कोळी महादेव' आदिवासींची दिवाळी हा फक्त एक सण नसून, त्यांच्या जीवनशैलीचा एक अविभाज्य भाग आहे. त्यांच्यासाठी दिवाळी

म्हणजे निसर्गाची पूजा, ऋतुचक्रातील बदलांचे स्वागत आणि महत्त्वाचे म्हणजे पूर्वजांची आठवण. ते निसर्गातील प्रत्येक घटकाची पूजा करतात, जसे की झाडे, नद्या, पर्वत आणि पशु-पक्षी हे होत. आदिवासी जमाती निसर्गपूजेला महत्त्व देणाऱ्या असल्याने दिवाळीचा पहिला दिवस म्हणजे गाय दिवाळी अर्थात वसुबारस या दिवसाचे महत्त्वही 'प्राणी पूजा' असल्याने आदिवासींमध्ये महत्त्वाचे आहे. गाय दिवाळीला गायीची पूजा केली जाते.  या दिवशी गायी-वासरे यांना आंघोळ घालून त्यांचे पूजन करून गाईच्या संदर्भातील गाणी उत्साहाने म्हटली जातात. साऱ्या सृष्टीचे कौतुक या गाण्यातून प्रतिबिंबित होत असते. आदिवासी दैनंदिन जीवन, त्यातील विषमता, अद्भुतता, मनोरंजकता सारेच काही त्यात असते –

" दिन दिन दिवाळी,
गायी म्हशी ववाळी...
गायी म्हशी कोणाच्या,
आय-बापाच्या ... "

या आदिवासी गाण्याच्या काही  तुरळक ओळी खूपसा अर्थ सांगून जातात.  त्यांच्यासाठी निसर्ग हा देव आहे आणि ते त्याची पूजा करून त्याची कृपा प्राप्त करण्याचा प्रयत्न करतात. आदिवासींच्या दिवाळीत निसर्गाची पूजा ही सर्वात महत्त्वाची असते. ते झाडांची पूजा करतात, नद्यांमध्ये स्नान करतात आणि पर्वतांना नमस्कार करतात. दिवाळी सणाला पाणी, अग्नी, पृथ्वी, वायु आणि आकाश या पंचमहाभूतांची पूजा करून आदिवासी आपल्या जीवनशैलीत संतुलन राखण्याचा प्रयत्न करतात. आदिवासी दिवाळीत आपल्या पूर्वजांनाही पूजतात. त्यांच्या मते, पूर्वज त्यांचे रक्षक आहेत आणि त्यांच्या आशीर्वादामुळेच त्यांचे जीवन सुखी होते, असा त्यांचा योग्य समज आहे. आदिवासींची दिवाळी हा एक

६७

सामूहिक उत्सव असतो. ते एकत्र येऊन नाचतात, गातात आणि एकत्र भोजनही करतात.

आधुनिकीकरणाच्या वाढत्या प्रभावामुळे कोळी महादेव व इतर आदिवासींची जीवनशैली बदलत आहे. त्यामुळे त्यांची पारंपरिक दिवाळीही बदलत आहे. नवीन पिढी आधुनिक जीवनशैलीकडे आकर्षित होत आहे आणि त्यामुळे पारंपरिक सणांचे महत्त्व कमी होत आहे. आपल्याला या दिवाळीचे महत्त्व समजून घेणे आवश्यक आहे आणि आदिवासींच्या या अमूल्य सांस्कृतिक वारसाचे संरक्षण व संवर्धन करण्यासाठी प्रयत्न करणे आवश्यक आहे.

## ◎ पारंपारिक शेती पद्धती :

'कोळी महादेव' जमातींमध्ये पारंपारिक सेंद्रीय पद्धतीने शेती केली जाते. भात, नाचणी, वरई, उडिद, हुलगे, मसुर, हरभरा, वाटाणे, खुरासणी, वाल इ. पीके घेतली जातात. प्रस्तुत आदिवासींची जमीन डोंगराळ भागात उताराची ओबड-धोबड कोरडवाहू कमी प्रतीची जमीन असते.

## १) पेरणी : --

एकीकडे भात कापणी किंवा येटाळणी किंवा सराई याची घाई असताना दुसरीकडे मात्र मोकळी झालेली शेताची ओल जाऊ नये म्हणून गहू, आहाळू, वाल, सातू, मसूर, हुलगे, हरभरे इ. पेरणीला सुरुवात होत असते. ही नगदी पिके बिना पाण्यावर येणारी असतात. त्यासाठी

६८

बैलांसोबत नांगर, फळी, औत हाकणारा व पेरणीसाठी स्वतंत्र माणूस राबत असतो. नगदी पिके तयार झाल्यानंतर ती खळ्यात पसरविली जातात. दोन किंवा त्यापेक्षा जास्त बैल त्या गव्हावरुन फिरवला जातो त्यास 'पात धरणे' असे म्हणतात. तसेच गव्हाच्या काड्या पसरु किंवा पांगू नये म्हणून कोडाळीचा वापर केला जातो. तसेच खळ्याचा वापर वाल, उडीद, खुरासणी, हरभरे, वाटाणे, मसूर काठीने बडवून त्यांचे धान्य तयार केले जाते. तयार झालेले धान्य कणगी, कणगा, रांजण, बळद यामध्ये साठविले जाते. वालाचा भुसा, हरभऱ्याचा काड, भाताचा पेंढा यांचा वापर गुरांना चारा म्हणून केला जातो. या कृषक परिस्थितीत आधुनिकतेमुळे थोडासा बदल झालेला आहे.

## २) आवणी : --

कोळी महादेव आदिवासी जमातीत चैत्र ते वैशाख या मराठी महिन्यांमध्ये नांगरट करुन पिकाचे रोप तयार करण्यासाठी शेताचा काही भाग चौरस किंवा आयतासारखा तयार करुन वावरातील माती बारीक केली जाते व त्यावर केलेली पिकांची पेरणी म्हणजे 'रोप' होय. काही ठिकाणी फक्त भात हे पिक घेतले जाते साधारण २० ते २१ दिवसांनी तयार झालेले रोप इतर खाचरांमध्ये लावले जाते. त्यास 'आवणी' असे म्हणतात. तसेच रोपांची जुडी बांधली जाते तिला 'मूठ' म्हणतात.

## ◉ जन्म झाल्यानंतरचे विधी :

कोळी महादेव जमातींमध्ये जन्मविधींची सुरुवात पाचवी पूजन, जावळ, नामकरण व तदनंतर 'बाराई' या क्रमाने होते.

## १) पाचवी पूजन : --

'कोळी महादेव' या आदिवासी जमातीत पाचवी पूजनालाच 'पाटा पूजन' असेही म्हटले जाते. मुलाच्या जन्मानंतर पाचव्या दिवशी प्रस्तुत पाचवी पूजन होते. त्यादिवशी दगडी पाटा पुसून, स्वच्छ धुऊन

घरात एका ठिकाणी पाटा ठेवला जातो. नाचणीच्या पीठावे दिवे बनवून ते प्रज्वलित केले जातात. त्यास 'दिपक्या' असे म्हटले जाते. खोबरे वाटी, गूळ, दही, भात, गव्हाच्या घुगऱ्या, दगडी दिवा, हळद-कुंकू, तांदूळ, पैसे, खारीक, बदाम, हळकुंड, खेकड, मासा तसेच जन्मलेल्या बाळाचे नाळ इत्यादी बाबी पाटा पूजनासाठी ठेवल्या जातात. त्यास 'पाटा भरणे' असे म्हणतात. आजच्या आाधुनिकतेचा स्पर्श झालेल्या शिक्षित 'कोळी महादेव' जमातीचे लोक पाटी, पेन व वहीही ठेवतात. पूर्णत' निसर्गपूजासमीप असलेल्या या पाचवीपूजनात गोमूत्र घरभर शिंपडले जाते. घरातील भिंतीला दोन दिशेला शेणाने सारवून त्यामध्ये कुंकू व बुक्काच्या सहाय्याने बाहुली काढून त्याखाली लव्हाळा, साबर ह्या निसर्गसानिध्य वनस्पती ठेवल्या जातात. त्या बाहुल्यांना 'बाराबळी' म्हणतात.

## २) जावळ व नामकरण : --

जन्मानंतर काही दिवसातच चांगला दिवस पाहून अथवा गुढीपाडवा किंवा अक्षयतृतीया यादिवशी मुलाचे वा मुलीचे साखरपान व नाव ठेवणे ही पूर्वापार प्रथा कोळी महादेव जमातींत आहे. जावळ मामाकडून काढले जाते. त्यासाठी मामाला टॉवेल व टोपी किंवा पोशाख केला जातो.

## ३) बाराई : --

बाराई म्हणजे बोकड वा कोंबडी-कोंबड्यांचा बळी देणे ही प्रथा मुला-मुलीच्या लग्नाअगोदर देण्याची सर्वसंमत प्रथा आहे. काही कोळी महादेव कुटुंबांना तर दोन प्रकारच्या बाराई असतात, म्हणजे त्यांना कोंबडे व बकरे अशा दोन्ही प्राण्यांचा बळी द्यावा लागतो. पशु-प्राण्यांत रमणाऱ्या कोळी महादेव जमातीचा हा बळी देण्याचा प्रकार चुकीचा वाटत असला तरी आपल्या आप्तस्वकीयांना कुटुंबातील आनंदप्रसंगी मेजवानी देण्याच्या हेतूने केलेला हा पारंपारिक सोहळा आहे  हे त्यामागचे सर्वसंमत योग्य कारण आहे.

OOO

## ८

# कोळी महादेव जमातीचा आर्थिक इतिहास :

प्रारंभी आदिवासी समाजाच्या अर्थव्यवस्थेत पैशाचे चलन नव्हते, वस्तूंची देवाणघेवाण होत असे आजही काही आदिम वा आदिवासी जमातीत हेच अर्थव्यवहार चालू आहेत. एका जर्मन अर्थशास्त्रज्ञाच्या मते आदिवासी प्राक्-आर्थिक स्थितीत आहेत. व्यक्तीने स्वतःपुरते अन्न गोळा करावयाचे हाच एक आर्थिक व्यवहार आदिवासी समाजात आहे, हे एका

दृष्टीने बरोबर असले तरी आजच्या आधुनिक काळाचा आदिवासींवर पडणारा प्रभाव लक्षात घेता प्रस्तुत विधान बरोबर नाही, निखालस असत्य आहे

अन्नाचा प्रश्न इतर आदिवासी समाजाप्रमाणे 'कोळी महादेव' या आदिवासी जमातीत सामाजिक प्रश्न मानला जातो व त्याप्रमाणे तो हाताळला जातो. कौटुंबिक जबाबदाऱ्या, नातेसंबंध, शेजारधर्म, वडिलांचा व मुखियांचा मान, कुळाचे आचारधर्म, निषेधनियम, पूर्वज व देवता या सर्वांचाच विचार आर्थिक व्यवस्थेत केला जातो. 'कामाकरिता काम' किंवा पैशाकरिता काम असा आर्थिक व्यवहार आदिवासी समाजात नसतोच !. तसा तो 'कोळी महादेव' या जमातीसही लागू आहे.

ज्या व्यक्तीचे काम असेल, त्यास कामात मदत करणे इतरांचे कर्तव्य ठरते. किती वेळ काम केले यावरुन मोबदला ठरविला जात नाही. यावरुन सर्वसंमत आदिवासी काम करत नाही, हा तर्क बरोबर नसून आदिवासी गरजेनुसार काम करतात व आवश्यक तेवढेच अन्न, वस्त्र व निवारा या मुलभूत गरजांच्य पूर्तीसाठीच त्यांचे आर्थिक व्यवहार होतात. 'जगा व जगू द्या' हा वैश्विक संदेशच यातून मिळतो. यास कोळी महादेव आदिवासी जमात अपवाद नाही. सगेसोयरे व पूर्वज यांचा मान, आतिथ्य, दीक्षाविधी, विवाह सामाजिक दर्जाचे दिग्दर्शन यांसारख्या इतर गोष्टीनीही आदिवासींचे आर्थिक व्यवहार प्रेरित केले जातात.

आदिवासी समाजातील श्रमविभाजन व्यावसायिक वा सामाजिक गटवारीवर आधारलेले नसते ते लिंगभेदावर आधारलेले असते. प्रत्येक व्यक्तीस शेती, मासेमारी इ. व्यवसाय कमी जास्त प्रमाणात यावे लागतात वा येत असतात., त्यामुळे सहकार हे आदिवासी जीवनाचे ब्रीद आहे.

तसेच आदिवासी समाजातील श्रमविभाजन व्यावसायिक-सामाजिक गटवारीवर उद्योगांत तांत्रिक व धार्मिक क्रियांचा फार जवळचा संबंध असतो. शेती, मासेमारी किंवा होड्यांचे उत्पादन, प्रवास इत्यांदीशी धार्मिक विधी निगडित असतात. वस्तूविनिमय पद्धतीत " ग्राहक कोण आहे ?", "त्याचा दर्जा काय आहे ?" इत्यादी घटक लक्षात घेतले जातात. स्वतःचा मोठेपणा दाखविण्यासाठी दुसऱ्याने दिलेल्या देणगीपेक्षा अधिक भारी किंमतीच्या देणग्या दिल्या जातात. वस्तूची किंमत तिच्या विनिमयक्षमतेवरुन न ठरविता तिच्या उपयोगावरुन ठरविली जाते. काही आदिवासी समाजांत मात्र काही पदार्थांचा चलन म्हणून उपयोग करतात. निकोबार बेटात नारळ, भारताच्या अरुणाचल प्रदेशात मिथान नावाचा प्राणी इत्यादींचा चलन म्हणून उपयोग करण्यात येतो. विवाहात किंवा धार्मिक समारंभांत दान देण्यासाठी अशा चलनांचा उपयोग होतो. आजच्या आधुनिकतेच्या रेट्यात 'कोळी महादेव' जमातीचे अर्थकारण बदलले आहे.

## ◎ शेती व जोड व्यवसाय :

शेती व जोड व्यवसायाचा विचार करता कोळी महादेव जमात पारंपारिक व सेंद्रीय पद्धतीने शेती करते. डोंगराळ भाग, उताराची, ओबड धोबड कमी प्रतीची कोरडवाहू जमीनीत बहुतांशी कोळी महादेव जमातीचे लोक शेती करतात. अजुनही बहुतांशी कोळी महोदव आदिवासी जमात वास्तव्यास आहे, त्याठिकाणी पारंपारिक शेती केली जाते म्हणजे असे म्हणता येईल की बैलांच्या मदतीने शेती केली जाते. शेती बरोबरच पशुपालनही केले जाते. गाय, म्हैस, शेळ्या, कोंबड्या पाळल्या जातात. या प्राण्यांच्या संरक्षणासाठी स्वतंत्र पडाळ अथवा

७५

पडवीचा वापर या आदिवासी जमातींकडून केला जातो. ही पडाळ संस्कृती पहावयाची असेल तर 'कोळी महादेव' आदिवासी समाजाच्या आजच्या आधुनिक गावांना टाळून दुर्गम आदिवासी गावाकडे संशोधकांना जावे लागेल तेथे 'पडाळ' अथवा पडवीचा वापर आजही होताना दिसतो.

OOO

१

# निसर्गपूजक व निसर्गप्रेमी कोळी महादेव जमात :

भारतातील तमाम आदिवासी बांधवाप्रमाणेच कोळी महादेव जमातीचे लोक हे निसर्गपूजक व निसर्गप्रेमी आहेत. रुढार्थाने पाहता प्रस्तुत जमात ही पर्यावरणप्रेमी आहे. निसर्गातील, पर्यावरणातील प्रत्येक घटक या जमातीसाठी पूजनीय आहे. एकीकडे शहरीकरण होत असताना त्यांची गाज 'कोळी महादेव' जमातीच्या दारांपर्यंत आलेली असतानाही निसर्गाशी संलग्नता राखणारी जमात म्हणून 'कोळी महादेव'

समाजाकडे पाहता येईल. त्यांचे सण-उत्सव, पारंपारिक प्रथा, विवाह, मृत्यूविधी, शेती यामध्ये निसर्गाची कोणत्याही प्रकारची हानी केली जात नाही. साध्या घरभरणीच्या कार्यक्रमाला विड्याची पाने न आणता प्रतिकात्मक पूजा केली जाते. वाघबारससारखा सण पूर्णतः निसर्गाच्या सानिध्यातील व पर्यावरणाची बांधिलकी जपणारा सण आहे.

'नागपंचमी' व 'बैलपोळा' हे सण 'कोळी महादेव' या समाजामार्फत साजरे केले जात असतात, यावरुन या जमातीला प्राणी किती पूजनीय आहेत हेच यातून दिसून येते. व्यक्ती मयत पावल्यानंतर त्यास दफन केले जाते त्यावरुन जळाऊ लाकडासाठी झाडांची कत्तल या जमातीत होत नाही हे इतरजणांनी 'कोळी महादेव' जमातीपासून अंगिकारावयास हवे. देवराई म्हणून संरक्षित ठेवलेल्या रानात हे आदिवासी बांधव ज्वालाग्राही पदार्थ अनादि काळापासून नेत नाहीत यात किती तरी मोठा पर्यावरणजोड संदेश आहे. वाघ नरभक्षक झाला असतानाही त्यास मारले जात नाही, तर त्यांची वाघबारसच्या माध्यमातून पूजा करणारा समाज इतर नागरी समाजाच्या दृष्टीने आदर्शवत आहे. आज भारतात खूप अभयारण्ये आहेत. ती तयार करण्यापेक्षा 'कोळी महादेव' जमातीची निसर्गपूजक वा निसर्गप्रेमाची जीवनपद्धती समजून घेतली असती तरी वन्य प्राण्यांची शिकार न करण्याबाबतची प्रबोधनपीठिका निश्चित झाली असती.

निसर्गाशी बांधिलकी जपत 'कोळी महादेव' जमात सह्याद्रीच्या डोंगरारांगात राहते. निसर्गात जीवनचक्र निर्माण करीत या जमातीच्या कित्येक पिढ्या निसर्गाशी इमान राखत आल्या आहेत. घर बांधतानाही कारवी सारख्या वृक्षांचा ते वापर करतात.

७८

'कोळी महादेव' जमातीचे निसर्गाविषयीचे ज्ञान हे त्यांनी केलेल्या प्रत्यक्ष निरीक्षणातून मिळविलेले आहे. ते आपल्यातल्या ज्येष्ठ, बुजुर्ग अथवा म्हाताऱ्या-जाणत्या व्यक्तींकडून आत्मसात केलेले असते. जंगलात निसर्गाच्या आजूबाजूस ज्या वनस्पती किंवा प्राणी असतात त्यांचे 'कोळी महादेव' आदिवासी समाज सूक्ष्म निरीक्षण करतो. वृक्षानांही माणसाप्रमाणेच भावना असतात व त्यांच्यावर कुऱ्हाड चालविल्यास त्यांनाही यातना होतात हा मूलगामी पर्यावरणवादी विचार त्यांना पूर्वापार माहित आहे. काही वृक्षांचा जीव त्यांच्या मुळ्यांमध्ये असतो. ती झाडे तोडल्यास त्यांना पालवी फुटणे संभव नाही हे 'कोळी महादेव' जमातीस माहित आहे. आंब्यासारख्या झाडाचा जीव त्यांच्या खोडात असतो, त्याचे खोड तोडले तर ते झाड पुर्नप्रस्थापित होऊ शकत नाही हे हा आदिवासी समाज जाणतो. त्यांच्या लोकगीतातून या सर्व माहितीची प्रचिती येत असते. आजच्या आधुनिकतेचा सूक्ष्म फरक या समाजावर झाला असला तरी, कोळी महादेव समाज निसर्गापासून दूर गेलेला नाही.

OOO

## १०

# कोळी महादेव जमातीचा शैक्षणिक इतिहास :

प्राचीन भारत इतिहास ते मध्ययुगीन भारताच्या इतिहासाचा धांडोळा घेतला असता आदिवासींसाठी शिक्षणाची दारे पूर्णतः बंदच होती. महाभारतातील आदिवासीवीर एकलव्याला त्यावेळच्या क्षत्रिय धर्मानुसार शस्त्राचे शिक्षण घेण्यापासून वंचित ठेवले गेले, हे उदाहरण सर्वश्रुत आहे. आदिवासींसाठी शिक्षणाचे कार्य प्रथम ख्रिश्चन मिशनरी

लोकांनी सुरु केले. परंतु शिक्षण देणे हा उदांत हेतू त्यामागे नसून 'धर्मप्रसार' हे खरे कारण होते. पुढे 'स्कूल लोकल बोर्डा'नेही शाळा सुरु करुन आदिवासींच्या शिक्षणासाठी हातभार लावला. पुढील काळात आदिवासींसाठी बालवाड्या, प्राथमिक शाळा, वसतिगृहे व आश्रमशाळा सुरु होऊन शिक्षणाचा प्रसार सुरु झाला.

अतिदुर्गम व डोंगराळ भागात राहणाऱ्या अनुसूचित जमातीचा म्हणजेच आदिवासी समाजाचा शैक्षणिक विकास जलद गतीने घडवून आणण्यासाठी सन १९७२-७३ पासून महाराष्ट्र शासनाने 'आश्रमशाळा समूह योजना' कार्यान्वित केली होती. शैक्षणिक दृष्टीने साकल्याने विचार करताया आश्रमशाळा योजनेचा 'कोळी महादेव' आदिवासी समाजाने पुरेपूर लाभ घेतला आहे. आश्रमशाळेची योजना मुख्यत्वे अतिदुर्गम, डोंगराळ व पाड्यातील आदिवासी मुला-मुलींना शिक्षणाची आवड निर्माण करुन शैक्षणिकदृष्ट्या त्यांना सुशिक्षित करणे व त्यायोगे त्यांचे जीवनमान उंचावणे या उद्देशाने राबविण्यात येते. काही 'कोळी महादेव' समाजाच्या वास्तव्यठिकाणी आश्रमशाळा हाच शिक्षण घेण्याचा एकमेव मार्ग आहे. शिक्षणाची ज्ञानगंगा दऱ्या-खोऱ्यात, दुर्गम पाड्यात पोहचविण्याचे काम शासकीय आश्रमशाळांमार्फत होत आहे. या योजनेनुसार अनुसूचित जमाती क्षेत्रात ५००० ते ७००० लोकसंख्येच्या क्षेत्रात एक आश्रमशाळा हा सर्वसाधारण ठरविण्यात आलेला आहे. काही ठिकाणी अतिदुर्गमता व पाडया-पाडयातील विखुरलेली आदिवासी लोकसंख्या विचारात घेऊन ३००० ते ५००० लोकसंख्या असलेल्या क्षेत्रात एक आश्रमशाळा हा निकष इ.स. १९८२ पासून निश्चित करण्यात आलेला आहे.

महाराष्ट्र राज्यात आदिवासी विकास विभाग अंतर्गत ५२९ आश्रमशाळा कार्यरत आहे. ज्यांचा शैक्षणिक लाभ 'कोळी महादेव' या जमातींने घेतलेला दिसून येतो. आज कोळी महादेव जमातीतील मुले शिक्षित झालेली दिसतात, त्यामागे आश्रमशाळांचे योगदान महत्वाचे आहे. ते कोणीही नाकारत नाही. मोठमोठ्या पदावर आता कोळी महादेव जमातींचे लोक गेलेले आहेत. राजकीय व सामाजिक स्तर उंचावण्यास त्यामुळे मदतच झाली आहे, यात आश्रमशाळांची भूमिका महत्त्वाची ठरली आहे. शिक्षणाची ज्ञानगंगा ही आदिवासींपर्यंत पोहोचवण्यात आश्रमशाळांची भूमिका महत्त्वाची आहे, 'कोळी महादेव' समाजालाही याचा शैक्षणिक फायदा झाला आहे.

आदिवासी जमाती ह्या अतिमागास जमाती असल्यामुळे त्यांच्यासाठी शैक्षणिक विशेष तरतुदी व उपाययोजना उपलब्ध आहेत. महाराष्ट्र शासनामार्फत आदिवासींच्या कल्याण व विकासासाठी विविध योजना राबविण्यात येतात. त्यातील महत्वाच्या शैक्षणिक योजनांची नावे खालीलप्रमाणे-

➲ शासकीय आश्रमशाळा समूह

➲ अनुदानित आश्रमशाळा

➲ मुला-मुलींसाठी शासकीय वसतिगृह

➲ नामांकित निवासी शाळेत अनुसूचित जमातीच्या विद्यार्थ्यांना शिक्षण देणे

## ११

# कोळी महादेव : आदिवासी संस्कृतीची संवर्धक, संरक्षक व मार्गदर्शक जमात :

उपसंहार करताना अखिल आदिवासी संस्कृतीची संवर्धक, संरक्षक व मार्गदर्शक असणारी एक आदिवासी जमात म्हणून 'कोळी महादेव' जमातींकडे पाहता येईल. महाराष्ट्र राज्याची आकडेवारी पाहता 'कोळी महादेव' ही आदिवासी जमात लोकसंख्येच्या दृष्टीने दुसऱ्या क्रमांकावर आहे. आदिवासी समाजाच्या ऐक्यासाठी नेहमीच 'कोळी महादेव' जमात पुढे आलेली दिसते. आदिवासी संस्कृतीची एक संवर्धक,

संरक्षक व मार्गदर्शक जमात म्हणून या जमातीची इतिहासात सदैव नोंद राहील यात तीळमात्र शंका नाही. आदिवासी ऐक्य, राजकारण वा समाजकारण अग्रेसरता यात इतर आदिवासी जमातींना साथीला घेऊन धन्यता मानणारा समाजलोलूप, समाज सहाय्य आदिवासी समाज म्हणून कोळी महादेव जमातीकडे पाहता येईल. कोळी महादेव समाजाचे विचारवंत, लेखक, तज्ज्ञ, राजकारणी, सुधारक, युवा वर्ग आदी लोक स्वजातीला विकसित तर करतातच !... जोडीला इतर आदिवासी जमातीलाही विकासाच्या पथ पथावर नेऊन सोडतात. हा आजचा वर्तमान इतिहास आहे.

काही आदिवासी जमातींमध्ये 'वाघ' या पशुच्या पूजनानंतर जंगलातील लाकूड आणि सागाची पाने वापरायला सुरुवात होते. भाद्रपद महिन्यापर्यंत पाऊस जास्त असतो. या काळात जंगलातील वृक्षांची वाढ जोरदार असते. म्हणूनच कदाचित लाकूड न तोडण्याचा नियम असावा. या नियमास अधीन राहून कोळी महादेव जमातीने या संदर्भात कार्यक्रम, प्रबोधन, जनजागृती करण्यास सुरुवात केली आहे. इतर आदिवासी जमातींना बरोबर घेऊन आपली आदिम संस्कृती जपण्याची एक मोहीमच 'कोळी महादेव' जमातीने उघडली आहे, हा स्तुत्य असा उपक्रम आहे. राजकीय दृष्ट्या विचार करतात एक दबाव गट म्हणून कोळी महादेव समाज अग्रेसर असतो. इतर आदिवासी समाजाला शिक्षणाच्या आधारावर, लोकसंख्येच्या नुसार याबाबतीत जे सामाजिक काम करता येत नाही ते कोळी महादेव आदिवासी जमात सदैव करते.

OOO

८४

# ❁ परिशिष्टे ❁

## ◎ वेगवेगळ्याा आदिवासी जमातींमधील प्रसिद्धीस पावलेल्या महनीय व्यक्ति :

☞ राघोजी भांगरे - आद्य क्रांतिकारक (कोळी महादेव)
☞ बिरसा मुंडा - धरतीआबा(मुंडा)
☞ दशरथ मांझी - रोड मॅन (मांझी)
☞ जयपाल सिंग मुंडा - हॉकीचे आंतरराष्ट्रीय खेळाडू व संविधान निर्मितीत सहभाग
☞ मेरी कोम – मुष्टियुद्ध [Boxing] आंतरराष्ट्रीय खेळाडू
☞ कौमालिका बारी - तिरंदाजी क्रीडाप्रकारातील आंतरराष्ट्रीय खेळाडू
☞ दिलीप तिर्की - हॉकीचे आंतरराष्ट्रीय खेळाडू
☞ डॉ.गोविंद गारे - आदिवासी लेखक (कोळी महादेव)
☞ फूलनदेवी - सुप्रसिद्ध चित्रपटचरित्र व्यक्तिमत्व व राजकारणी स्त्री (मल्लाह)
☞ राहीबाई पोपेरे – 'बीजमाता' म्हणून प्रसिद्ध (कोळी महादेव)
☞ जिव्या सोमा म्हसे – वारली चित्रकलेसाठी प्रसिद्ध (वारली)
☞ द्रौपदी मूर्मू - पहिल्या आदिवासी महिला राष्ट्रपती (संथाळ)
☞ साई पल्लवी - प्रसिद्ध दाक्षिणात्य अभिनेत्री (बडगा)

## ✍आदिवासी व त्यांची वाद्ये :

- ☞ कोळी महादेव -- लेझीम
- ☞ कोरकू -- ढोलकी, पिलम पोवा, ठप्पल्या
- ☞ वारली -- तारपा
- ☞ पावरा -- तुतडी
- ☞ कोकणा -- ढाक
- ☞ माडिया -- तिळबुळी
- ☞ भिल्ल -- मंजिऱ्या

## ✍आदिवासी व त्यांचे निसर्गदेव/ देवता :

- ☞ कोळी महादेव – वाघदेव, वरसुबाई
- ☞ कोरकू -- वाघदेव, मधुआ गोमोज
- ☞ कोकणा -- धनतरी, कणसरी
- ☞ पावरा -- नवाई, बाबदेव, वाघदेव, हिंवदेव

## ✎आदिवासी व त्यांची बोली :

- ☞ कोळी महादेव -- मावळी बोली
- ☞ कातकरी --  कटाई बोली
- ☞ भिल्ल --  कोटली बोली / भिल्लॉरी बोली
- ☞ कोरकू -- कोरकू बोली
- ☞ कोकणा -- कोकणा  बोली
- ☞ पावरा -- पावरी बोली
- ☞ वारली --  डांगी बोली
- ☞ वारली --  डांगी बोली
- ☞ गोंड  --  गोंडी बोली

## ✎आदिवासी व त्यांचे पारंपारिक सण :

- ☞ कोळी महादेव – वाघबारस, शिमगा
- ☞ पावरा -- होळी

# आदिवासी जमातीची खास वैशिष्ट्ये ●

| आदिवासी जमात | राज्य/क्षेत्र | विशेष वैशिष्ट्ये |
|---|---|---|
| ➲ कोळी महादेव | महाराष्ट्र | मावळी बोली, लोकगीते |
| ➲ गोंड | मध्य आणि दक्षिण भारत | दोलायमान कला हस्तकला |
| ➲ तोडास | तामिळनाडू | अद्वितीय बॅरल-आकाराची घरे |
| ➲ संथाल | झारखंड, बिहार, पश्चिम बंगाल, ओडिशा | संथाली भाषा, संथाली संगीत |
| ➲ वारली | महाराष्ट्र | वारली चित्रकला, तारपा वाद्य |
| ➲ खासी | मेघालय | टेरेस शेती पद्धती, खासी भाषा, मातृवंशीय सामाजिक रचना |
| ➲ भिल्ल | राजस्थान, गुजरात, मध्य प्रदेश | लोकसंगीत, नृत्य आणि शिकार परंपरांसह समृद्ध सांस्कृतिक वारसा. |
| ➲ कोरकू | महाराष्ट्र , मध्य प्रदेश | स्वतंत्र बोलीभाषा, 'डोलार' परंपरा |
| ➲ मुंडा | झारखंड, ओडिशा, पश्चिम बंगाल, छत्तीसगड | कथाकथनासह समृद्ध मौखिक परंपरा, लोकगीते |
| ➲ कातकरी | महाराष्ट्र, गुजरात | गुंजाच्या माळा, शिकार परंपरा |
| ➲ जरास | अंदमान आणि निकोबार बेटे | जंगलांशी सुसंगत शिकारी जीवनशैली |

## ◉ सूची ◉

# • संदर्भ •

## ☙ मुद्रित माध्यम संदर्भ :

◆ CENSUS OF INDIA 2001

◆ CENSUS OF INDIA 2011

◆ मराठी विश्वकोश भाग – २ ड्युल

◆ महादेव कोळी: ए शेड्युल्ड ट्राईब, लेखक - डॉ.जी.एस.घुर्ये

◆ सह्याद्रीतील आदिवासी : महादेव कोळी, लेखक - डॉ.गोविंद गारे

◆ भारतीय जनजातियां, लेखक - रुपचंद वर्मा

◆ भारतीय आदिवासी, लेखक - गुरुनाथ नाडगोंडे, कॉन्टिनेन्टल प्रकाशन, पुणे

◆ सह्याद्री, लेखक - सदाशिव आत्माराम जोगळेकर, शुभदा-सारस्वत प्रकाशन, पुणे

◆ मावळी बोली व महादेव कोळी समाजजीवन, लेखक - डॉ.अमोल वाघमारे, प्रफुल्लता प्रकाशन, पुणे

◆ आदिवासी कोळी महादेव जीवनपद्धती, लेखक - राजेश कोकणे, डि.एस.मेडिया पब्लिशिंग, ठाणे

◆ भारतातील आदिवासी वंश, लेखक - प्रा.वि.श्री.कुलकर्णी, महाराष्ट्र राज्य साहित्य आणि संस्कृती मंडळ, मुंबई

◆ महाराष्ट्रातील आदिवासी संस्कृती, समस्या व विकास, संपादक - डॉ.गोविंद गारे, १९८८

◆ ensusindia.gov.in/Tables_Published/SCST/Andhra

◆ SC ST Lists (Modification) Order 1956

◆ Government of India, *Report of the Scheduled Areas and Scheduled Tribes Commission*, Delhi, 1961.

◆ The Scheduled Castes and Scheduled Tribes Orders (Amendment) Act, 1976

◆ The Scheduled Castes and Scheduled Tribes Lists Order, 1956 and as inserted by Act 69 of 1986

◆ The Constitution (Goa, Daman and Diu) Scheduled Tribes Order, 1968 and as inserted by Act 618 of 1987

◆ The Constitution (Jammu & Kashmir) Scheduled Tribes Order, 1989 and the Constitution (Scheduled Tribes) Order (Amendment) Act, 1991

◆ Press Information, Bureau Government of India Ministry of Tribal Affairs NB/SK/jk/Tribal Affairs-1/ 11-02-2019

◆ महाराष्ट्र आदिवासी दर्शन, आदिवासी योजना विशेषांक, १९८७

◆ अनुसूचित जाती आणि अनुसूचित जमाती (अत्याचार प्रतिबंध) अधिनियम, १९८९

◆ जंगल के दावेदार, लेखिका - महाश्वेता देवी, राधाकृष्ण प्रकाशन, प्राइवेट लिमिटेड, दिल्ली

◆ बिरसा मुंडा धरती आबा : जन चेतनेचे विद्रोही रुप, लेखक - डॉ.विनायक तुमराम, साकेत प्रकाशन, औरंगाबाद

◆ स्वातंत्र्यलढ्यातील आदिवासी क्रांतिकारक, लेखक - डॉ.गोविंद गारे, श्रीविद्या प्रकाशन, पुणे

◆ आदिवासी बोलू लागला, लेखक - ॲड.माधव बंडू मोरे

◆ मराठी लोकांची संस्कृति, लेखिका - डॉ.इरावती कर्वे

◆ मराठे आणि त्यांची भाषा, लेखक- भास्करराव जाधव

◆ स्वातंत्र्यलढ्याातील आद्य क्रांतीनायक, लेखक -पी.सी.झांबाडे,
सह्याद्री प्रकाशन, ठाणे

◆ आदिवासी सिंधु संस्कृतीचे वारसदार व त्यांचा धम्म,
लेखक -गोकुळदास मेश्राम, सुगावा प्रकाशन, पुणे

◆ आदिवासी प्रतिभावंताचे मराठी साहित्य,
लेखक - डॉ.श्रीपाल सबनीस, दिलीपराज प्रकाशन, पुणे

◆ वारली समाज धार्मिक, सांस्कृतिक व सामाजिक प्रथा आणि परंपरा,
लेखक - डॉ.रुपेश सोमनाथ कोडीलकर अथर्व पब्लिकेशन्स, धुळे

◆ कोकणा-कोकणी इतिहास आणि जीवन,
लेखक - प्रा.बी.एन.देशमुख, सुगावा प्रकाशन, पुणे

◆ मराठे आणि त्यांची भाषा, लेखक- भास्करराव जाधव

◆ आदिवासींची मूलतत्वे व अधिकार, लेखक- शालिकचंद्र अलामे

◆ भारतीय आदिवासी जीवन आणि संस्कृती, लेखक- डॉ.संजय साळीवकर

◆ आदिवासी कौन ?, लेखक- रमनिका गुप्ता

◆ "महादेव कोळयांची बंडखोरी मंदावत चालली आहे ?" हा
वरुणराज भिडे यांचा लेख साप्ताहिक साधना, जून १९९९

◆"आदिवासी भागातील विकास: काय झालं, काय राहिलं ? हा
हेरंब कुलकर्णी यांचा लेख मौज २०२०, दिवाळी अंक

◆"आदिवासी हा लोकसंस्कृतीची बदलती रूपे " हा कौस्तुभ
दिवाळी विशेषांक २०२४ मधील प्रा. डॉ. कृष्णा भवारी यांचा लेख

◆"ग्रामीण महाराष्ट्रातील आदिवासी महिलांची सद्यस्थिती" हा कौस्तुभ
दिवाळी अंक २०२४ सौ.भारती विलास जाधव यांचा लेख.

◆ बारावी इतिहास विषय पाठ्यपुस्तक [बालभारती]

◆ इयत्ता दहावी इतिहास-राज्यशास्त्र विषय पाठ्यपुस्तक[बालभारती]

## ✎ विजाणूशास्त्रीय(इलेक्ट्रॉनिक) माध्यम संदर्भ :

◆ महादेव कोळी चौथरा माहितीपट आदिवासी विचार मंच, महाराष्ट्र

◆ 'आदिवासी मुलांचा सर्वांगीण विकास ' सखी सह्याद्री' या कार्यक्रमांतर्गत ' बाळ कर्वे' यांच्या बरोबरचा चर्चा कार्यक्रम, डी डी सह्याद्री, दूरदर्शन, मुंबई २ नोव्हेंबर २०१५.

◆ 'आदिवासी मुलांचा सर्वांगीण विकास' सखी  सह्याद्री या कार्यक्रमांतर्गत सचिन देशपांडे यांच्याबरोबरची चर्चा कार्यक्रम, डी डी सह्याद्री, दूरदर्शन मुंबई

◆ नंदुरबारच्या सातपुडा आदिवासींवरील  होळी  सणाचा माहितीपट, जिल्हाधिकारी कार्यालय, नंदुरबार, १३ मे २०१७

◆ आदिवासी होळी सण, गुजरात राज्य माहितीपट, २८ फेब्रुवारी २०१०

## ✎ सोशल मीडिया माध्यम संदर्भ :

◆ यूट्यूब चॅनेल Alive Breath

◆ यूट्यूब चॅनेल DARK RIDE, TRIBES OF ANDAMAN

AA JARAWA, SENTINELESEONGE TRIBE AA  Part - I

◆ यूट्यूब चॅनेल Akash Rao, Korku – A Tribe of Saatpuda Hills

◆ उलगुलान साहित्य चळवळ, फेसबुक पेज

◆https://www.youtube.com/channel/UCXBzJSg_
lBxucFcU5NOPFZQ

◆ Twitter - **Adivasi** @adivasi_bot

◆ youtu.be/Yt2ecB_Yk9E

◆ https://youtu.be/lkoF4-jB5FE

◆ https://youtu.be/djBSaCjm-YI

◆ https://youtu.be/ooPWU7iSHeE

◆https://www.facebook.com/odha.kalechee/videos/
jiva-soma-mhase-warli-artist

९४

## ✍ 'चित्रपट' माध्यम संदर्भ :

- जैत रं जैत, महालक्ष्मी चित्र प्रस्तुत, १९७७
- सूर्योदय, सागर फिल्म प्रस्तुत, १९८९
- द गौडस मस्ट बी क्रेज़ी १९९९
- अपोकैलिपटो, मेल गिब्सन द्वारा निर्देशित २००६
- 'मेहमत' चा मिठ्ठा फय, आदिवासी तडवी भिल्ल कला क्रिडा व सांस्कृतिक फाऊंडेशन प्रस्तुत, २०१९
- वा पैलवान, बहुरंग प्रस्तुत, २०२०
- जय भीम, टी जे ज्ञानवेल दिग्दर्शित आणि 2डी इंटरटेनमेंट प्रस्तुत, २०२०
- आदिवासी फिल्म - में नहार छे
- वैली ऑफ गोट्स
- नेम, प्लेस, एनिमल थिंग,

## ✑ आंतरजाल(इंटरनेट) माध्यम संदर्भ :

◆ https://tritribal.gov.in/

◆ https://www.insaindia.res.in

◆ https://trti.maharashtra.gov.in

◆ https://vishwakosh.marathi.gov.in

◆ https://bahuvidh.com

◆ https://mr.quora.com/

◆ https://indiafellow.org/blog/

◆ https://pustakmarket.com/uploads/books/

◆https://mr.wikipedia.org/

◆ https://www.dhsgsu.edu.in/images/Reading-

◆ https://marathivishwakosh.org

◆ https://mahibhasha.blogspot.com/

◆ https://vijaybhawari.blogspot.com/

# पुस्तक छापता... छापता....

श्री.विजयकुमार भवारी सरांचा "कोळी महादेव : सह्याद्रीच्या आदिवासींचा इतिहास " हे पुस्तक म्हणजे 'आदिवासी' आणि 'कोळी महादेव' या शब्दांच्या अर्थाच्या वेगवेगळ्या छटांची माहिती देणारा शास्त्रोक्त सुलभ संदर्भ ग्रंथच म्हणावा लागेल.

आज मानवी उत्क्रांती कितीही झाली असली तरी आजही आदिवासींच्या अनेक ठिकाणी वसाहती आहेत. प्रत्येक ठिकाणची त्यांच्याबद्दलची वैशिष्ट्ये सुद्धा विविध आहेत. श्री भवारी सरांच्या प्रस्तुत पुस्तकात अशा अनेक ऐतिहासिक संदर्भाची मांडणी केल्यामुळे हे पुस्तक एक ऐतिहासिक दस्त म्हणूनसुद्धा काही अभ्यासक त्याचा वापर करू शकतात.

अशा प्रकारच्या शब्दसमूहाबरोबरच या शब्दांशी निगडित आणि विशेषत: कोळी महादेव जमाती संबंधी अतिशय उपयुक्त अशी, जसे की—त्यांचा विविध प्रकारचा इतिहास, स्वातंत्र्यलढा, सणसमारंभ अशा अनेक मुद्द्यांबद्दलची माहिती अतिशय साध्या -सोप्या शब्दांमध्ये मांडली आहे.

या सर्वामुळे हे पुस्तक अतिशय वाचनीय आणि आपल्या संग्रही अवश्य ठेवावयास हवे.

डॉ.भरत व्हनकटे
प्राचार्य,
एस.एन.डी.टी
कला आणि वाणिज्य महिला महाविद्यालय,
कर्वे रोड, पुणे ४११०३८

आदिवासी समाजाबद्दल यापूर्वी अनेकांनी लेखन केले आहे. परंतु आपल्या समाजाबद्दल समजून घ्यायचं असेल तर, आपल्याच दृष्टिकोनातून समजून घेणं हा उत्तम पर्याय असतो. प्रा.विजयकुमार भवारी सर यांनी हा पर्याय जाणला. त्यांनी आपल्या लेखनातून महाराष्ट्रातीलच नव्हे तर भारतातील आदिवासींच्या विविध जमातींचा सुलभ रीतीने परिचय करून दिला आहे. आदिवासी समाजाचा भौगोलिक, सामाजिक, सांस्कृतिक आणि विशेषतः सामाजिक इतिहासाची ओळख करून देण्याचा त्यांचा हा प्रयत्न खूपच कौतुकास्पद आहे. त्यांच्या साहित्य क्षेत्रातील वाटचालीसाठी मनःपूर्वक शुभेच्छा !...

प्रा.रोहिणी कारंडे,
उपप्राचार्य, एस.एन.डी.टी
कला आणि वाणिज्य कनिष्ठ महिला महाविद्यालय, कर्वे रोड, पुणे

..................................................................

प्रा.विजयकुमार भवारी सर यांचे त्याच्या स्वत:च्या जमातीचे भाष्य ग्रंथरूपात येत आहे. त्यांनी या पुस्तकात केवळ संकलन न करता परखड मतही लिहिले आहे. 'कोळी महादेव : सह्याद्रीच्या आदिवासींचा इतिहास' हा ग्रंथ इतिहास सांगून थांबत नाही. त्यापलीकडे जाऊन भवारी सरांमधला अदृश्य इतिहासकार दाखवून देतो. या पुस्तकाचा उपयोग भविष्यात संशोधन करणाऱ्या संशोधकाला होईल.

डॉ. राजेंद्र कांबळे
पुणे विद्यार्थी गृह
संचालक

प्रत्येक समाजाने आपला इतिहास जपला पाहिजे व त्यातून आपल्या समाजाला सतत जागृत ठेवता आले पाहिजे ही इतिहासाची शिकवण प्रा.विजयकुमार विनायक भवारी यांच्या या पुस्तकातून दिसून येते इतिहास म्हटलं की तो नुसता सामाजिक नाही तर सामाजिक, आर्थिक, सांस्कृतिक, राजकीय, कौटुंबिक, भौगोलिक, भाषिक व शैक्षणिक या विविध अंगांनी घडला जातो याची प्रचिती 'कोळी महादेव: सह्याद्रीच्या आदिवासींचा इतिहास' या पुस्तकातून दिसून येते. प्रा.विजयकुमार भवारी यांच्या या इतिहास लेखनाची अष्टपैलूछटा यात दिसते.

डॉ.संजयकुमार विनायक भवारी
राजपत्रित वैद्यकीय अधिकारी
महाराष्ट्र शासन

...........................................................................

'कोळी महादेव: सह्याद्रीच्या आदिवासींचा इतिहास' हे जवळपास १०० पृष्ठाचे छोटेखानी पुस्तक 'प्रा.विजयकुमार भवारी' यांनी स्व-जमातीचे केलेले सादरीकरण आहे. त्यांचे कोरोनावरील पुस्तक, पाचोळी काव्यसंग्रह, आताचे हे पुस्तक या तीनही साहित्यकृती साहित्य प्रकाराचा विचार करता वेगवेगळ्या आहेत. त्यामुळे भवारी सरांची प्रतिभाही साहित्यातील सर्व क्षेत्रातील आहे, असे ठामपणे म्हणता येईल.

संजय वझरेकर,
बालसाहित्य महाराष्ट्र शासन पुरस्कारप्राप्त लेखक